തട്ടിക്കൊണ്ടുപോയി

Thattikkondupoyi
Novel

R L Steevenson

Rewriting
P P K Pothuval

CHINTHA PUBLISHERS
Thiruvananthapuram

First Edition
October 2021

Published
Chintha Publishers
Thiruvananthapuram

Typesetting
DBH Overbridge, Thiruvananthapuram

Printed at
Time offset printers, Thiruvananthapuram

Cover Design
Ratheesh Vincent

ISBN : 978-93-90301-24-9

CO - 2955 / 5363

Email: chinthapublishers@gmail.com
Website: www.chinthapublishers.com

Distribution
DESHABHIMANI BOOKHOUSE
H O Thiruvananthapuram 695035

Branch
Head Office Kunnukuzhi • Statue Thiruvananthapuram •
KSRTC Bus Station Thiruvananthapuram •
KSRTC Bus Station Alappuzha • KSRTC Bus Station Ernakulam •
Machingal Lane Thrissur • IG Road Kozhikode •
Mavoor Road Kozhikode • NGO Union Building Kannur •
Central Bus Terminal Complex Thavakkara Kannur

തട്ടിക്കൊണ്ടുപോയി

(നോവൽ)

ആർ എൽ സ്റ്റീവെൻസൺ

പുനരാഖ്യാനം

പി പി കെ പൊതുവാൾ

ചിന്ത പബ്ലിഷേഴ്സ്
തിരുവനന്തപുരം-695 035

ആർ എൽ സ്റ്റീവെൻസൺ

സ്കോട്ടിഷ് നോവലിസ്റ്റും കവിയും സഞ്ചാര സാഹിത്യകാരനും. ഇംഗ്ലീഷ് സാഹിത്യത്തിലെ നിയോ റൊമാന്റിസിസത്തിന്റെ (നവകാല്പ നികത) ഒരു മുഖ്യ പ്രോക്താവുമായിരുന്നു ആർ എൽ സ്റ്റീവെൻസൺ എന്ന ചുരുക്ക പേരിലറിയപ്പെടുന്ന റോബർട്ട് ലൂയിസ് സ്റ്റീവെൻസൺ (നവംബർ 13, 1850 – ഡിസംബർ 3, 1894).

കുട്ടികളുടെ പ്രിയ എഴുത്തുകാരനായ റോബർട്ട് ലൂയിസ് സ്റ്റീവെൻ സൺ 1850 ൽ എഡിൻബറോയിലാണ് ജനിച്ചത്. തന്റെ ഭാര്യയുടെ ആദ്യ വിവാഹത്തിലുള്ള മകനെ രസിപ്പിക്കാൻ വേണ്ടി പറഞ്ഞു തുടങ്ങിയ കഥയാണ് ലോകത്തെമ്പാടുമുള്ള കുട്ടികൾക്ക് പ്രിയങ്കരമായ *ട്രഷർ ഐലൻഡ്* എന്ന കഥാപുസ്തകമായി പരിണമിച്ചത്. *കിഡ്നാപ്ഡ്, ബ്ലാക്ക് ആരോ* തുടങ്ങിയ അദ്ദേഹത്തിന്റെ ബാലസാഹിത്യ കൃതികളും പ്രസിദ്ധമാണ്.

1886 ൽ എഴുതിയ *ഡോക്ടർ ജെക്കിളിന്റെയും മിസ്റ്റർ ഹൈഡിന്റെയും വിചിത്രമായ കഥ* (*The Strange Case of Dr. Jekyll and Mr. Hyde*) എന്ന ലഘുനോവൽ സ്റ്റീവെൻസന്റെ വിപുലമായ പ്രശസ്തിയുടെ മുഖ്യ ആധാരങ്ങളിൽ ഒന്നാണ്. സാഹിത്യത്തിൽ വിഭക്ത സ്വഭാവത്തിന്റെ ഏറ്റവും പ്രശസ്തമായ ചിത്രീകരണമാണ് അതെന്ന് പറയാം. 1894 ഡിസംബർ 3 ന് സ്റ്റീവെൻസൺ അന്തരിച്ചു.

പി പി കെ പൊതുവാൾ

1946 ൽ കാസർഗോഡ് ജില്ലയിലെ തൃക്കരിപ്പൂരിൽ ജനനം. അദ്ധ്യാ പകൻ, ശാസ്ത്രസാഹിത്യപരിഷത്ത് പ്രവർത്തകൻ. പരിഭാഷകളടക്കം മുപ്പതിലേറെ കൃതികൾ രചിച്ചിട്ടുണ്ട്. വിജ്ഞാനസാഹിത്യത്തിനുള്ള സംസ്ഥാന–ബാലസാഹിത്യ അവാർഡ്, പി ടി ബി അവാർഡ്, ബെസ്റ്റ് പബ്ലിക്ക് ഒബ്സർവർ അവാർഡ്, സ്കൂൾ കുട്ടികളിലെ കാഴ്ചാവൈകല്യങ്ങളെ ക്കുറിച്ചു തയ്യാറാക്കിയ പ്രോജക്ടിന് കേന്ദ്ര ആരോഗ്യ മന്ത്രാലയത്തിന്റെ പുരസ്കാരം എന്നിവ ലഭിച്ചിട്ടുണ്ട്.

കൃതികൾ: *പരിസ്ഥിതിക്കവിതയ്ക്ക് ഒരാമുഖം, പരിസ്ഥിതിബോധവും സംസ്കാരവും, ഭൂമിക്ക് ഒരവസരം നല്കൂ, ഡാർവിന്റെ ആത്മകഥ, ബയോ ടെക്നോളജിയുടെ ലോകം, ചാർളി ചാപ്ലിൻ, ജറാൾഡ് ഡ്യൂറലിന്റെ വന യാത്രകൾ, ഓർമ്മകളിൽ ഡാർവിൻ* (പരിഭാഷ), *ശാസ്ത്രം ശാസ്ത്ര ജ്ഞർ* (പരിഭാഷ), *അവശ്യമരുന്നുകളുടെ രാഷ്ട്രീയം* (പരിഭാഷ).

വിലാസം : തങ്കയം, തൃക്കരിപ്പൂർ പി ഒ
കാസർഗോഡ് ജില്ല
പിൻ – 671 310

ഫോൺ : 9495343836

ഉള്ളടക്കം

ചരിത്രപശ്ചാത്തലം	7
യാത്രാരംഭം	9
രഹസ്യങ്ങൾ ഉറങ്ങുന്ന വീട്	14
ബെൽഫോർ എന്ന വിചിത്ര മനുഷ്യൻ	19
ചതി	25
ക്വീൻസ് ഫെറി പട്ടണം	34
കവനെന്റ്	44
അലൻ	54
പോരാട്ടവും ഫലശ്രുതിയും	62
കപ്പൽച്ചേതം	72
വെള്ളിബട്ടൺ	76
ചെം കുറുക്കന്റെ അന്ത്യം	83
പലായനം	90
പിണക്കവും ഇണക്കവും	96
രക്ഷകയായ പെൺകുട്ടി	104
റാങ്കീലർ വക്കീൽ	110
പര്യവസാനം	119

പ്രസാധകക്കുറിപ്പ്

ആർ എൽ സ്റ്റീവെൻസന്റെ വിഖ്യാത നോവലായ *കിഡ്നാപ്ഡി*ന്റെ പുനരാഖ്യാനമാണ് *തട്ടിക്കൊണ്ടുപോയി*. 1886 ൽ പ്രസിദ്ധീകൃതമായ ഈ കൃതി ചരിത്ര വസ്തുതകളുടെ ഭാവനാത്മകമായ ആവിഷ്കാരമാണ്. കൗമാരക്കാരായ കുട്ടികളെ ഉദ്ദേശിച്ചാണ് ഈ കൃതി രചിക്കപ്പെട്ടത്. ഹെൻറി ജയിംസ്, ജോർജ് ലൂയിസ് ബോർഗസ്, ഹിലാരി മന്റൽ തുടങ്ങിയ എഴുത്തുകാരുടെ പ്രിയപ്പെട്ട നോവലാണ് ഈ കൃതി. 18–ാം നൂറ്റാണ്ടിലെ സ്കോട്ട്ലന്റാണ് കഥാസ്ഥലം. 1745 ലെ ജെക്കൊ ബൈറ്റ് കലാപത്തെത്തുടർന്നുള്ള സംഭവങ്ങളാണ് ഈ കൃതിയിൽ ആവിഷ്കരിക്കപ്പെട്ടിട്ടുള്ളത്. സൂക്ഷ്മതലത്തിലുള്ള ആഖ്യാനവും ഉദ്വേഗം നിലനിർത്തുന്ന രചനാ കൗശലവും ഈ നോവലിനെ വേറിട്ടതാക്കുന്നു. ലോക ക്ലാസിക്കായ *തട്ടിക്കൊണ്ടുപോയി*യുടെ സത്ത ഒട്ടും ചോർന്നുപോകാതെ പുനരാഖ്യാനം നടത്തിയിട്ടുള്ളത് പി പി കെ പൊതുവാളാണ്.

ചിന്ത പബ്ലിഷേഴ്സ്

ചരിത്രപശ്ചാത്തലം

പതിനെട്ടാം നൂറ്റാണ്ടിൽ ഇംഗ്ലണ്ടിലും സ്കോട്ട്ലന്റിലും നടന്ന ചില ചരിത്ര സംഭവങ്ങളുടെ ചൂരും ചൂടും ഉൾക്കൊണ്ട് രചിക്കപ്പെട്ട ഒരു ധീര സാഹസിക കഥയാണ് ഈ ആഖ്യായിക യിലൂടെ അനാവൃതമാകുന്നത്. ഇംഗ്ലണ്ടിന്റെയും സ്കോട്ട്ലന്റി ന്റെയും രാജാവായി രണ്ടാമതൊരിക്കൽ കൂടി ജെയിംസ് രണ്ടാ മനെ വാഴിക്കാൻ അദ്ദേഹത്തിന്റെ അനുയായികളായ ജെക്കോ ബൈറ്റുകളും സ്റ്റീവർട്ട് എന്ന രാജവംശകുടുംബക്കാരും കലാപ മുണ്ടാക്കുന്നു. സ്കോട്ട്ലന്റിലെ ഹൈലാന്റു മേഖലകൾ കേന്ദ്രീ കരിച്ച് നടന്ന ഇത്തരം സായുധസമരങ്ങൾ 1746 ൽ അന്തിമ പരാ ജയം ഏറ്റുവാങ്ങി. അന്ന് രാജ്യം ഭരിച്ച ജോർജ് രണ്ടാമൻ രാജാവും അനുയായികളായ വിഗ് പക്ഷക്കാരും ജെക്കോബൈ റ്റുകളെയും അവരെ പിന്തുണയ്ക്കുന്ന ഗോത്രങ്ങളെയും ഇതിന്റെ പേരിൽ പിന്നെയും നിരന്തരം വേട്ടയാടിക്കൊണ്ടിരുന്നു. ജെക്കോബൈറ്റുപടയാളികളിൽ പലരും ഫ്രാൻസിലും മറ്റും അഭയം തേടി. ഹൈലാന്റിലെ പല ഗോത്രത്തലവന്മാരും പീഡ നങ്ങൾക്കുവിധേയരായി. അങ്ങനെയിരിക്കെ കോളിൻ റോയ് കേംബെൽ എന്ന ഉദ്യോഗസ്ഥനെ രാജാവ് സ്റ്റീവർട്ടു വംശക്കാ രുടെ ഭൂമി പിടിച്ചെടുക്കാൻ ഹൈലാന്റിലേക്കയച്ചു. ചെംകുറു ക്കൻ (റെഡ്ഫോക്സ്) എന്ന പേരിൽ അറിയപ്പെട്ട ഇയാളെ

ആരോ വെടിവച്ചുകൊന്നു. കുറ്റം, ആ സമയം അവിടെ ഉണ്ടായിരുന്ന അലൻ എന്ന ജെക്കോബൈറ്റ് പടയാളിയുടെ മേൽ ചുമത്തപ്പെട്ടു. ഇയാൾ ഒളിവിൽ പോയതിനെത്തുടർന്ന് നിരപരാധിയായ ജെയിംസ് സ്റ്റീവർട്ട് എന്ന ജെക്കോബൈറ്റ് നേതാവിനെ വധശിക്ഷയ്ക്കുവിധേയമാക്കി.

ഈ യഥാർത്ഥ സംഭവങ്ങളോടൊപ്പം ഡേവിഡ് ബൽഫോർ എന്ന കല്പിത കഥാപാത്രത്തിന്റെ സാഹസികാനുഭവങ്ങൾ കൂടി വിളക്കിച്ചേർത്ത് ജനപ്രിയ കഥാകാരനായ ആർ എൽ സ്റ്റീവെൻസൺ ഈ നോവലിന്റെ രചന നിർവ്വഹിച്ചിരിക്കുന്നു. ഒരു സാഹസിക കഥ എന്നതിനപ്പുറം രാഷ്ട്രീയ മതവിശ്വാസങ്ങൾക്കതീതമായി നിലനില്ക്കുന്ന ഒരു ആത്മസൗഹൃദത്തിന്റെ കഥ കൂടിയാണ് *തട്ടിക്കൊണ്ടുപോയി* എന്ന ഈ അനശ്വര കലാസൃഷ്ടി.

ട്രഷർഐലന്റ്, സ്ട്രെയ്ഞ്ച് കേസ് ഓഫ് ഡോക്ടർ ജേക്കിൽ ആന്റ് മിസ്റ്റർ ഹൈഡ്, എ ചൈൽഡ്സ് ഗാർഡൻ ഓഫ് വെഴ്സസ് എന്നിവയാണ് ഈ കഥാകൃത്തിന്റെ മറ്റു കലാസൃഷ്ടികൾ.

യാത്രാരംഭം

എന്റെ സാഹസങ്ങളുടെ കഥ 1751 ജൂൺ മാസത്തിലെ ഒരു പുലർകാലത്തിൽ ആരംഭിക്കുന്നു. പിതൃഗൃഹത്തിന്റെ ഉമ്മറവാതിൽ എന്നെന്നേക്കുമായി അടച്ചുപൂട്ടി നിരത്തിലിറങ്ങിയപ്പോൾ കുന്നിനുമുകളിൽ സൂര്യൻ മുഖം കാട്ടാൻ തുടങ്ങിക്കഴിഞ്ഞിരുന്നു. താഴ്വരയെ മൂടിനിന്ന മഞ്ഞുപാളി ഇളം ചൂടിൽ അലിഞ്ഞ് ഇല്ലാതാകാൻ തയ്യാറെടുക്കുകയായിരുന്നു ആ സമയം.

തോട്ടത്തിനരികിലായി എസെൻ ഡീനിലെ പാതിരിയച്ചനായ കേംപ്ബെൽ എന്നെ പ്രതീക്ഷിച്ച് നില്പുണ്ടായിരുന്നു. പ്രാതൽ കഴിച്ചതാണോയെന്ന് കണ്ടയുടനെ ചോദിച്ചു. ഉവ്വെന്നു ഞാൻ പറഞ്ഞു. എന്നെ സംബന്ധിച്ചിടത്തോളം ഒന്നിനും ഒരു കുറവുമില്ലെന്നു കൂട്ടിച്ചേർക്കുകയും ചെയ്തു. സംഗതി ബോദ്ധ്യപ്പെട്ട മട്ടിൽ അങ്ങോർ എന്റെ ഇരു കരങ്ങളും ഗ്രസിച്ച് ദയാപൂർവ്വം തന്റേതിൽ ഒതുക്കി വാത്സല്യം പ്രകടിപ്പിച്ചുകൊണ്ട്, “ശരി കുട്ടി, തോടുവക്കുവരെ ഞാനും കൂടെവരാം” എന്നു പറഞ്ഞ് മുമ്പിൽ നടക്കാൻ തുടങ്ങി.

കുറേ നേരത്തേക്ക് ഇരുവരും പിന്നെ ഒന്നും പറഞ്ഞില്ല. അവസാനം അച്ചൻ തന്നെ മൗനം ഭഞ്ജിച്ചു. എസെൻ ഡീൻ വിട്ടുപോകാൻ വിഷമമുണ്ടോ എന്ന് ചോദിച്ച് മുഖത്തേക്കു നോക്കി.

എങ്ങോട്ടാണ് ഈ യാത്രയെന്ന് അറിയാമായിരുന്നെങ്കിൽ കുറേക്കൂടി മെച്ചപ്പെട്ട ഒരു മറുപടി നല്കാമായിരുന്നു എന്നു തോന്നി. “ഈ സ്ഥലം വളരെ നല്ലതാണെന്ന് എനിക്കു നല്ല ബോദ്ധ്യമുണ്ട്.” ഞാൻ പറഞ്ഞു. “ഒരു കുറവും അനുഭവപ്പെടാതെ എനിക്കിവിടെ ജീവിക്കാൻ കഴിയുന്നു. പിന്നെ, മറ്റൊരു സ്ഥലം എങ്ങനെയായിരിക്കുമെന്ന് ഇതുവരെ അനുഭവിച്ചറിയാൻ കഴിഞ്ഞിട്ടില്ലല്ലോ. അച്ഛനുമമ്മയും മരിച്ചുപോയ സ്ഥിതിക്ക് ഇവിടെയെന്നല്ല, ലോകത്തിൽ എവിടെയായാലും എനിക്ക് ഒരുപോലെയാണ്. ഏതായാലും കൂടുതൽ മെച്ചപ്പെട്ട ഒരു ജീവിതം ഞാൻ ആഗ്രഹിക്കുന്നുണ്ടെന്നത് സത്യമാണ്. അതിന് സാദ്ധ്യതയുള്ള ഏതു സ്ഥലത്തേക്കു പോകാനും ഞാനൊരുക്കമാണ്.”

“ശരി ഡേവിഡ്. നീ ഇങ്ങനെയെല്ലാം പറയുന്ന സ്ഥിതിക്ക് നിന്റെ ഭാവിയെക്കുറിച്ചുള്ള കാര്യങ്ങൾ മാത്രം ഇപ്പോൾ പറഞ്ഞുതരാം. നിന്റെ അമ്മയുടെ മരണശേഷം അച്ഛൻ ഏതാണ്ട് അന്ത്യമടുത്തുകിടക്കുകയായിരുന്ന ആ ദിവസങ്ങളിലൊന്നിൽ അദ്ദേഹം എന്നെ അടുത്തു വിളിച്ച് ‘പൈതൃകമായി എനിക്കുള്ളതെല്ലാം’ എന്നു പറഞ്ഞ് മുദ്രവച്ച ഒരു കവർ എന്നെ ഏല്പിക്കുകയുണ്ടായി.... ‘എന്റെ പുരയിടം വിറ്റു കിട്ടുന്ന കാശ് നിങ്ങൾ കൈയിൽ സൂക്ഷിക്കുക. ഈ എഴുത്ത് എന്റെ ഏകപുത്രനായ ഡേവിഡ് ബെൽഫോറിനു കൈമാറുക. ഇതുമായി ഭവനത്തിൽ ചെല്ലാൻ അയാൾക്കു നിർദ്ദേശം നല്കുക. ആ നാട്ടുകാരനാണ് സത്യത്തിൽ ഞാൻ.

ഈ കാട്ടുപ്രദേശത്ത് ഞാൻ പിന്നീട് കുടിയേറിയതാണ്. ഡേവിഡ് അവന്റെ ജന്മദേശത്തു തന്നെ തിരിച്ചെത്തുന്നതായിരിക്കും എന്തുകൊണ്ടും ഉചിതമെന്നു ഞാൻ വിശ്വസിക്കുന്നു. ഇക്കാര്യം താങ്കൾ അവനെ അറിയിക്കണം..’ ഇതാണ് മകനേ നിന്റെ പ്രിയ പിതാവ് ആ സമയം എന്നോടാവശ്യപ്പെട്ടത്.”

ഷൊ ഭവനം– ആ വീടിനെക്കുറിച്ച് മറ്റുപലരേയും പോലെ ഞാനും പലതും കേട്ടിട്ടുണ്ട്. പക്ഷേ, ഇത്രയേറെ പേരും പെരുമയുമുള്ള ആ വലിയ വീട്ടിൽ എന്നെപ്പോലെ ഒരു ചെറുപ്പക്കാരന് എന്തുകാര്യം? എന്ന് വിശ്വാസം വരാത്ത മട്ടിൽ തിരിച്ചു ചോദിക്കാതിരിക്കാൻ ആ സമയം എനിക്കു കഴിഞ്ഞില്ല.

"അതൊന്നും എനിക്കറിഞ്ഞുകൂട കുട്ടീ. എനിക്കെന്നല്ല ആർക്കും." കേംപ്ബെലച്ചൻ പറഞ്ഞു: "ആ കുടുംബപ്പേര് നിന്റേതുകൂടിയാണെന്ന് നീ അറിയണം. പുരാതനവും നിയമാനുസൃതവും മാന്യതയുടെ പര്യായപദവുമൊക്കെയായ ഒരു വീട്ടുപേരാണത്. ആഴത്തിലുള്ള അറിവും അപാരമായ ബുദ്ധിശക്തിയും ഉന്നതമായ സംസ്കാരവും കൈമുതലായി ഉണ്ടായിരുന്ന ഒരു വിശിഷ്ട വ്യക്തിയായിരുന്നു കുട്ടിയുടെ പിതാവ് എന്നകാര്യം ഓർമ്മ വേണം." അച്ചൻ പറഞ്ഞുകൊണ്ടിരുന്നു.

ഒരു മോഹനിദ്രയിൽ എന്നവണ്ണം പാതിബോധത്തോടെയാണ് കവറിനു പുറത്തെഴുതിയ ഹ്രസ്വമായ മേൽവിലാസം വായിച്ചു തീർത്തത്. 'എന്റെ പുത്രനായ ഡേവിഡ് ബൽഫോർ ആയ നീ ഇതോടൊപ്പമുള്ള ഈ എഴുത്ത് ഷൊ ഭവനത്തിലെ താമസക്കാരനായ എബനിസർ ബൽഫോറിന് എത്രയും വേഗം കൈമാറണം.' എന്ന് അതിന്റെ പുറത്ത് എഴുതിയിരുന്നു.

അതുവായിച്ചു തീർത്തതും വലിയ വലിയ പ്രതീക്ഷകളാൽ എന്റെ ഹൃദയം പെരുമ്പറ കൊട്ടാൻ തുടങ്ങി. കഷ്ടിച്ച് പതിനേഴ് വയസ്സു മാത്രം പ്രായമുള്ള, വെറും കാട്ടുമുക്കുകാരനായ ഒരു പയ്യൻ. നാട്ടിൻപുറത്തെ പാവപ്പെട്ട ഒരു സ്കൂൾമാസ്റ്ററുടെ മകൻ. കത്തു വായിച്ചപ്പോഴുണ്ടായ അമ്പരപ്പിന് ഇതില്പരം കാരണമെന്തു വേണം? എസെൻഡീൻ പ്രവിശ്യയിലെ എട്രിക്ക് വനമേഖലയിൽനിന്ന് പുറത്തുകടക്കാൻ ആദ്യമായി കിട്ടിയ അവസരം. ആ നിമിഷം എനിക്ക് വ്യക്തമായ ഒരു ലക്ഷ്യബോധമുണ്ടായി. എങ്കിലും, "അയ്യോ, എന്റെ സ്ഥാനത്തു താങ്കളായിരുന്നെങ്കിൽ ഈ ദൗത്യം താങ്കൾ സന്തോഷപൂർവ്വം ഏറ്റെടുക്കാൻ തയ്യാറാകുമായിരുന്നോ?" എന്നു ചോദിക്കാതിരിക്കാൻ കഴിഞ്ഞില്ല.

"തീർച്ചയായും," ദൃഢസ്വരത്തിൽ അദ്ദേഹം പറഞ്ഞു. "ക്രാമണ്ടിനടുത്താണ് ആ സ്ഥലം. ഏറെ വഴി ദൂരമുണ്ട്. എന്നാൽ നിന്നെപ്പോലെ ആരോഗ്യമുള്ള ഒരു പയ്യനെ സംബന്ധിച്ചിടത്തോളം അത് എളുപ്പം നടന്നു തീർക്കാവുന്നതേയുള്ളു. അവിടെച്ചെന്നാൽ ഇനി അഥവാ നിന്റെ ബന്ധുക്കളെന്നുപറയുന്നവർ നിന്നെ സ്വീകരിക്കാൻ വിസമ്മതിക്കുന്ന പക്ഷം തിരിച്ചുനടന്ന് ഇവിടെ എത്താ

വുന്നതേയുള്ളൂ. എപ്പോൾ വന്നാലും ഞാൻ നിന്നെ സന്തോഷ സമേതം സ്വീകരിക്കും. ഇല്ല, അതൊന്നും വേണ്ടിവരില്ല. നിന്റെ പിതാവിന്റെ വാക്കുകൾ വിശ്വസിക്കാമെങ്കിൽ എല്ലാം ശുഭമായി കലാശിക്കും. അതേസമയം, നീ എത്തിപ്പെടാൻ പോകുന്ന ലോകത്ത് എല്ലാം ഭദ്രമായിരിക്കുമെന്ന വ്യാമോഹമൊന്നും നിന ക്കുവേണ്ട. ആപത്തുകൾ തീർച്ചയായുമുണ്ടാകും. ഇത്രയും മുൻകൂട്ടി പറയേണ്ടത് എന്റെ കടമയാണ്."

ഇത്രയും പറഞ്ഞശേഷം റോഡുവക്കിലെ ബിർച്ച് മരച്ചുവ ട്ടിൽ ഉണ്ടായിരുന്ന ഒരു ഉരുളൻ കല്ലിൽ കയറിയിരുന്ന് കുറേ യേറെ നേരം അച്ചൻ എന്നോടു സംസാരിച്ചു. ഞാൻ എത്തിപ്പെ ടാൻ പോകുന്ന ലോകത്തെക്കുറിച്ചുള്ള മുന്നറിയിപ്പുകളായിരുന്നു അതെല്ലാം. പിന്നെ അഭ്യുദയാകാംക്ഷിയെന്നനിലയിലുള്ള ഉപ ദേശങ്ങളും.

ആ വീടിനെക്കുറിച്ച് ഏറെ കേട്ടുകേൾവികളുണ്ടത്രെ. എന്നാൽ ഇത്തരം മുന്നറിയിപ്പുകളൊന്നും എന്നെ തെല്ലുപോലും അസ്വസ്ഥനാക്കിയില്ല. കൃത്യമായി പ്രാർത്ഥിക്കണം, ദിവസവും ബൈബിൾ വായിക്കണം... തുടങ്ങിയുള്ള ഉപദേശങ്ങൾ സ്വീക രിക്കുകയും ചെയ്തു. വലിയ വീടാണ്, ആഭിജാത്യമുള്ളവരാ ണ്, അന്തസ്സോടെ പെരുമാറണം...... എല്ലാം പറഞ്ഞ് അദ്ദേഹം എന്നെ യാത്രയാക്കി. എനിക്കുവേണ്ടി അദ്ദേഹം ഉറക്കെ പ്രാർത്ഥി ച്ചു. ലോകമദ്ധ്യത്തിലേക്ക് ഒരു പയ്യൻ നടത്തുന്ന ആദ്യയാത്രയ ല്ലേ. എല്ലാ ദൈവാനുഗ്രഹങ്ങളും അവനുണ്ടായിരിക്കണമെന്ന് അദ്ദേഹം ഉറച്ചു വിശ്വസിച്ചു. തിരക്കിട്ടു തിരിഞ്ഞു നടക്കുന്നതി നിടയിൽ ഒരിക്കൽപ്പോലും പിന്നോട്ടു നോക്കാൻ തുനിഞ്ഞില്ല. നോക്കിപ്പോയാൽ അദ്ദേഹത്തിന്റെ നിയന്ത്രണം നഷ്ടപ്പെടും. അദ്ദേഹത്തിന് അത്രയും പ്രിയങ്കരനാണ് ആ പയ്യൻ.

അച്ചന്റെ വിഷമം എനിക്ക് മനസ്സിലാവുന്നുണ്ട്. ശാന്തസുന്ദ രമായ എന്റെയീ ജന്മനാടിനോടു വിടപറയാനും എനിക്കുവിഷ മമുണ്ട്. ഇതെല്ലാം വിട്ട് അപരിചിതമായ ഒരു നാട്ടിലേക്കാണ് എന്റെ പുറപ്പാട്. അപരിചിതമായ ആളുകൾ. മുമ്പു കണ്ടിട്ടില്ലാത്ത ആ വീട്. അവിടെ മുൻപരിചയം തീരെയില്ലാത്ത ബന്ധുക്കൾ.

തിരക്കും ബഹളവും നിറഞ്ഞ വലിയ തറവാട്. അതുനിറയെ എന്റെ സ്വന്തം ചോരയുടെ ഉടമയായ ധാരാളം ബന്ധുക്കൾ. ഈ ചിന്ത ഉണ്ടാക്കിയ രോമാഞ്ചം മറ്റെല്ലാം മറക്കാൻ എന്നെ സഹായിച്ചു.

'പക്ഷേ, ഡേവി....' ഉള്ളിൽ നിന്ന് ആരോ മന്ത്രിച്ചു. 'ഈമാതിരി വൃത്തികെട്ട ഒരു നന്ദികേട് നിനക്ക് നല്ലതാണോ? നീ ആലോചിച്ചു നോക്ക്. ഷൊ എന്ന ഒരു പേരു കേൾക്കേണ്ട താമസം നീ നിന്റെ സുഹൃത്തുക്കളെയെല്ലാം ഉപേക്ഷിക്കാൻ തയ്യാറാകുന്നു. നാണക്കേട്, നാണക്കേട്. ഡേവീ... ഇതെല്ലാം നല്ലതല്ല കുട്ടീ......'

തോട് മുറിച്ചു കടന്ന് കെട്ടും ഭാണ്ഡവും കൈയിലൊരു വടിയുമായി ഞാൻ യാത്രയാരംഭിച്ചു. തുടർന്ന് കുന്നുകേറി മറിഞ്ഞ് അപ്പുറമെത്തി.കുറ്റിച്ചെടികൾ നിറഞ്ഞ വിശാലമായ മൈതാനമാണ് മുന്നിൽ. ഹരിതാഭമായ വഴിയിലൂടെ മുന്നേറവെ തിരിഞ്ഞ് എസെൻഡീൻ ചർച്ച് അവസാനമായി കണ്ടു. ചുറ്റും മരക്കൂട്ടം. ശവമാടങ്ങളുടെ നീണ്ട നിര. എന്റെ അച്ഛനും അമ്മയും അന്ത്യവിശ്രമം കൊള്ളുന്നത് അവിടെയാണ്.

രഹസ്യങ്ങൾ ഉറങ്ങുന്ന വീട്

പിറ്റേന്ന് ഏതാണ്ട് ഉച്ചയായപ്പോൾ ഞാനൊരു വലിയ കുന്നിന്റെ മുകളിലെത്തി. വിശാലമായി പരന്നുകിടക്കുന്ന ലോകം മുഴുവൻ അവിടെ നിന്നു നോക്കിയാൽ കാണാം– അങ്ങ് കടൽപ്പരപ്പുവരെയുള്ള കാഴ്ചകൾ. അവിടെ നിന്നങ്ങോട്ട് ഭയങ്കരമായ ഇറക്കമാണ്. ഇടയിൽ ഒരു വരമ്പുണ്ടായിരുന്നതു കണ്ട് അതിൽ കയറിയിരുന്നു ക്ഷീണം തീർത്തു. ദൂരെ എഡിൻബറ നഗരത്തിലെ പുകക്കുഴലുകൾ കാണാം. പുകവമിക്കുന്ന വലിയൊരു ചൂളയാണെന്നു തോന്നി. കോട്ടക്കൊത്തളങ്ങൾക്കു മുകളിൽ പതാകകൾ പാറിക്കളിക്കുന്നു. കടൽപ്പരപ്പിലൂടെ തെന്നിനീങ്ങുകയോ അവിടവിടെ നങ്കൂരമിട്ടു നില്ക്കുകയോ ചെയ്യുന്ന ചെറുതും വലുതുമായ എത്രയോ പായ്ക്കപ്പലുകൾ. ഇത്തരം ദൃശ്യങ്ങൾ ഞാനാദ്യമായി കാണുകയാണ്.

പ്രയാസപ്പെട്ടു കുന്നിറങ്ങി വഴി പലരോടും ചോദിച്ച് ക്രാമണ്ട് തേടി നടത്തം തുടർന്നു. ആ നാട്ടിലെത്തിയതായി താമസിയാതെ മനസ്സിലായി. വലിയ പരപ്പാണ്. ഷൊ ഭവനം അവിടെ എവിടെയോ ആണെന്ന് നേരത്തെ ആളുകൾ പറഞ്ഞ് അറിഞ്ഞിരുന്നു. പക്ഷേ, ആ പേരിൽ അസ്വസ്ഥജനകമായ എന്തോ ഉണ്ടെന്ന് ആദ്യമേ മനസ്സിലായി. ചോദിക്കുമ്പോൾ വിശ്വാസം വരാത്ത മട്ടിലാണ് ആളുകൾ പ്രതികരിക്കുന്നത്. കേട്ടതു ശരിയോ എന്ന്

ആവർത്തിച്ചു ചോദിച്ച് ഉറപ്പു വരുത്തുന്നു. അത്ഭുതം തന്നെ. എന്താണ് എന്നെ ഇത്രയൊക്കെ സംശയിക്കാനുള്ളത് അതോ, എന്റെ രൂപവും ഭാവവും പെരുമാറ്റവും സംശയമുണ്ടാക്കുന്നതാണോ? അങ്ങനെയാണ് ആദ്യം കരുതിയത്. ഞാനല്ല ആ വീടിനെക്കുറിച്ചുള്ള ചോദ്യമാണ് ആശങ്കയോ ഭീതിയോ ഉണ്ടാക്കുന്നതെന്ന് താമസിയാതെ മനസ്സിലായി. പൊഴിയിൽ കുളിച്ച് മുഷിഞ്ഞ വേഷവുമായി നടന്നുനീങ്ങുന്ന, കാഴ്ചയിൽ തന്നെ തനി അള്ളിപ്പാട്ടുകാരനായ ഒരു പയ്യന് ആ മാതിരിയൊരു ഉന്നത കുടുംബവുമായി എന്തു ബന്ധം എന്നും സംശയിച്ചു പോകാം. എന്നാൽ എല്ലാവരും അങ്ങനെ ചിന്തിക്കുന്നുണ്ടെങ്കിൽ തീർച്ചയായും അതിൽ എന്തോകാര്യമുണ്ട്.

ഒരുപക്ഷേ, എന്റെ അന്വേഷണരീതിയിലെ പിഴവുകൊണ്ടും ഇങ്ങനെ സംഭവിക്കാം. ഏതായാലും അതിനേക്കാളെല്ലാം വലുതാണ് എന്റെ ലക്ഷ്യം. അതേസമയം, വേണ്ടാ, തിരിച്ചുനടക്കാം എന്നു തോന്നിയനിമിഷങ്ങളും ഉണ്ടായിരുന്നു. തുടർച്ചയായി ഒരേ രീതിയിൽ തന്നെ ആളുകൾ പെരുമാറുമ്പോൾ എത്ര ധൈര്യവാനായാലും പതറിപ്പോവില്ലേ? എന്നാൽ ആ പതർച്ച ഞാനറിയാതെ എന്റെ ജിജ്ഞാസ വർദ്ധിപ്പിക്കുകയാണുണ്ടായത്. പിന്നെ അഭിമാനത്തിന്റെയൊരു പ്രശ്നം കൂടിയുണ്ട്. വീരനെന്നു സ്വയം വിശ്വസിക്കുന്ന ഒരു ചെറുപ്പക്കാരൻ ഈയൊരവസരത്തിൽ പിന്മാറിയാൽ അതില്പരം നാണക്കേട് വേറെ ഏതാണുള്ളത്.

അങ്ങനെ നടന്ന് ഏതാണ്ട് വൈകുന്നേരമായപ്പോൾ കുന്നിറങ്ങിവരുന്ന ഒരു തടിച്ചിയെ കണ്ടുമുട്ടി. മുഖത്തെ ഗൗരവം കണ്ടാൽ ഒന്നും ചോദിക്കാൻ തോന്നില്ലെങ്കിലും ചോദിച്ചു. ചോദ്യം കേട്ടതും തിരിഞ്ഞു നിന്ന് എനിക്കു മുമ്പിൽ നടന്ന് വീണ്ടും കുന്നു കയറാൻ തുടങ്ങി. അതിന്റെ ഉച്ചിയിലെത്തിയപ്പോൾ, അതാ, ആ കാണുന്നതുതന്നെ എന്ന മട്ടിൽ ഒരു ഭാഗത്തേക്കു വിരൽ ചൂണ്ടി. അടുത്ത താഴ്വരയുടെ ആഴത്തിലാണ് അതു സ്ഥിതിചെയ്യുന്നതെന്നു മനസ്സിലായി. പഴകിയ കെട്ടിടം പക്ഷേ, ചുറ്റുമുള്ള പ്രകൃതി മനോഹരം. അരുവികളുണ്ട്. വൃക്ഷങ്ങളുണ്ട്. കൊള്ളാവുന്ന തരം കൃഷിത്തോട്ടങ്ങളുണ്ട്. എന്നാൽ,

വീടാകട്ടെ, പഴകി നശിക്കാറായി നില്ക്കുകയാണ്. അടുക്കളഭാഗത്ത് പുകക്കുഴലുകൾ കാണാനുണ്ടെങ്കിലും അവയിൽ ഒന്നിൽ നിന്നുപോലും പുകയുയരുന്നില്ല. വീടാണെങ്കിൽ അതിനു മുമ്പിലൊരു തോട്ടമെങ്കിലും വേണ്ടേ? അതുമില്ല. എല്ലാറ്റിനുമുപരി മുറ്റത്തേക്കു കടക്കാൻ ഒരു വഴിപോലുമില്ല.

അപ്പോൾ അങ്ങനെയാണ് കാര്യങ്ങൾ. വെറുപ്പുകൊണ്ട് ആ സ്ത്രീയുടെ ഇരുണ്ട മുഖം കൂടുതൽ കറുത്തു. "അതാണ് ഷൊ ഭവനം", അവർ പറഞ്ഞു. "ചോരയിൽ അതിന്റെ പണി തുടങ്ങി. ചോര തന്നെ പിന്നീട് അത് തടസ്സപ്പെടുത്തി. ചോരതന്നെ അതിന്റെ അന്ത്യവും കുറിക്കും, ഫൂ...." എന്നു പറഞ്ഞ് കഠിമായ പുച്ഛത്തോടെ അവർ നിലത്തേക്ക് കാർക്കിച്ചു തുപ്പി. "ഏറ്റവും ദയനീയമായ രീതിയിൽ ഇതു വീഴാൻ പോകുന്നു. അങ്ങനെ സംഭവിച്ചില്ലെങ്കിൽ എന്നെ നീ ഇതാ ഇങ്ങനെ വിളിച്ചോ!" എന്നു പറഞ്ഞ് അവർ ഒരു പ്രത്യേകമായ രീതിയിൽ വിരലുകൾ ഞൊടിച്ചു. പിന്നെ തിരക്കുണ്ടെന്ന മട്ടിൽ കാലുകൾ വേഗത കൂട്ടി തിരിച്ചു കുന്നിറങ്ങാൻ തുടങ്ങി. യക്ഷികളിലും പ്രേതങ്ങളിലുമുള്ള വിശ്വാസം കഠിനമായിരുന്ന കാലമാണെന്നോർക്കണം. ഇതും ആ വകുപ്പിൽപ്പെട്ട മറ്റുവല്ലതുമാണെങ്കിൽ........ വിജനമായ ഒരു സ്ഥലത്തു ചെന്നിരുന്ന് ആലോചന തുടങ്ങി. നോക്കുന്തോറും ചുറ്റുമുള്ള പ്രകൃതിയുടെ ഭംഗി കൂടുതൽ കൂടുതൽ സുഖകരമായി അനുഭവപ്പെട്ടു. അതിനനുസരിച്ച് വീടിന്റെ വൈരൂപ്യം കൂടി വന്നു.

സൂര്യൻ ഏതാണ്ട് അസ്തമിച്ചു കഴിഞ്ഞു. കാട്ടുപടർപ്പുകളിൽ പതുങ്ങിനില്ക്കുന്ന ഇരുട്ട് പുറത്ത് വന്ന് ആധിപത്യമുറപ്പിക്കാൻ ഇനി അധികസമയം വേണ്ട. അതിനിടെ പുകക്കുഴലുകളിലൊന്നിൽ നിന്ന് നേരിയ മട്ടിൽ പുകയുയരുന്നതു കണ്ട്, അപ്പോൾ ആളുണ്ട്! തീയും പുകയും അതിന്റെ സൂചനയല്ലാതെ പിന്നെന്താണ്! ബുദ്ധിമുട്ടി അകത്തു കയറാൻ വഴിയുണ്ടാക്കി മുറ്റത്തെത്തി. അടുത്തുചെല്ലുന്തോറും കൂടുതൽ വിഷാദപൂർണ്ണമായിരിക്കുകയാണെന്നു തോന്നി. ഒരിക്കലും പണിതീരില്ലെന്നുറപ്പുള്ള ആ പ്രത്യേക ഭാഗത്താണ് ഞാനിപ്പോൾ. മുകൾ നിലക

ളുടെ ചുവരുകളും അങ്ങോട്ട് കയറിച്ചെല്ലാനുള്ള കോണിപ്പടികളും അപൂർണ്ണവും നഗ്നവുമായി ആകാശം നോക്കിക്കിടന്നു. ജനാലകളിൽ പലതിനും പാളികളില്ല. കടവാതിലുകളും നരിച്ചീറുകളും അകത്തേക്കും പുറത്തേക്കും തിരക്കു കൂട്ടാതെ പറന്നു കളിക്കുന്നു. താഴത്തെ മൂന്നു ജനാലകളിലൂടെ മാത്രം തീരെ മങ്ങിയ വെളിച്ചം കാണാനുണ്ട്. കരുതലോടെ പതുങ്ങി അടുത്തു ചെന്നു ശ്രദ്ധിച്ചപ്പോൾ അകത്ത് പാത്രങ്ങളുടെ നേർത്ത ശബ്ദം. പിന്നെയൊരു വരണ്ട ചുമ. മറ്റു ശബ്ദങ്ങളൊന്നുമില്ല. ഒരു പട്ടി പോലും കുരയ്ക്കുന്നില്ല. മുമ്പിൽ കണ്ട വലിയ മരവാതിലിൽ ഒരു തവണ മുട്ടി. പിന്നെ കാത്തുനിന്നു.

പെട്ടെന്ന് ആ വീടാകെ നിശ്ശബ്ദമാകാൻ തീരുമാനിച്ചപോലെയുണ്ടെന്ന് എനിക്കു തോന്നി. ഒരു മുഴുവൻ നിമിഷവും കടന്നുപോയിട്ടും നേരത്തെ കേട്ട പ്ലേറ്റുകളുടെ അനക്കമല്ലാതെ മറ്റൊരു ശബ്ദവും കേൾക്കാനില്ല. ഉവ്വ് തലയ്ക്കു മുകളിൽ നരിച്ചീറുകളുടെ ചിറകടികൾക്ക് കുറവൊന്നുമില്ല. വീണ്ടും ഒരിക്കൽക്കൂടി മുട്ടിയ ശേഷം ചെവി വട്ടം പിടിച്ചു. പരിപൂർണ്ണമായ നിശ്ശബ്ദതയിൽ അകത്തൊരു നാഴിക മണിയുടെ ടിക് ടിക് വ്യക്തമായി കേൾക്കാൻ കഴിഞ്ഞു. സാവധാനം അത് സെക്കന്റുകൾ എണ്ണി സമയമറിയിക്കുകയാണ്. പക്ഷേ, അകത്തുള്ള ആൾ, അത് അവളായാലും അവനായാലും നിർബ്ബന്ധബുദ്ധിയോടെ ശ്വാസമടക്കിപ്പിടിച്ചു നില്ക്കുകയാണെന്ന് തോന്നി. ഓടിപ്പോകണമോ എന്നുപോലും ചിന്തിച്ചെങ്കിലും ദേഷ്യം മേൽക്കൈ നേടി എന്നെ അവിടെ പിടിച്ചു നിർത്തി. തുടർന്ന് തുടർച്ചയായി വാതിലിൽ പട പടെ മുട്ടിക്കൊണ്ട് മിസ്റ്റർ ബൽഫോർ എന്ന് ഉറക്കെയുറക്കെ വിളിച്ചു. പെട്ടെന്ന് മുകളിൽ ആരോ ചുമച്ചു. തലയുയർത്തി നോക്കിയപ്പോൾ കണ്ടത് ചില്ലുപാളികളില്ലാത്ത മുകൾ ജാലകത്തിലൂടെ ഒരു ചെറു തോക്കും നീട്ടി നില്ക്കുന്ന ഒരാളുടെ രാത്തൊപ്പി കൊണ്ടുള്ള മറച്ച തല....

“ഉണ്ട നിറച്ച തോക്കാണിത്” എന്ന് ആ ശബ്ദം എന്നെ നോക്കി പറഞ്ഞു.

“മി: എബനീസറിന് ഒരെഴുത്തുമായി വന്നതാണ്,” ഞാൻ

പറഞ്ഞു: "ഷൊ മാരിൽ ഒരാളായ എബനിസർ ബൽഫോർ അകത്തുണ്ടോ?"

"ആരു തന്നയച്ചതാണ്?"

എന്റെ ക്ഷമ നശിക്കുകയായിരുന്നു. "അത് നിങ്ങളോട് പറയേണ്ട കാര്യമുണ്ടെന്നു തോന്നുന്നില്ല." സ്വരം കടുപ്പിച്ച് ഞാൻ പറഞ്ഞു.

"എങ്കിൽ അത് വാതിൽ പടിയിൽ വച്ച് ഉടൻ സ്ഥലം വിട്ടോ!"

"പറ്റില്ല. അത് മി. ബൽഫോറിന്റെ കൈയിൽ തന്നെ കൊടുക്കണമെന്നാണ് നിർദ്ദേശം. എന്നെ പരിചയപ്പെടുത്തുന്ന കത്താണിത്."

തുടർന്ന് നീണ്ട മൗനമായിരുന്നു. അതിനുശേഷം "താനാര്?" അടുത്ത ചോദ്യം വന്നു.

"പേരു പറയാൻ ഒട്ടും മടിയില്ല. അഭിമാനമുണ്ടുതാനും. എല്ലാവരും എന്നെ ഡേവിഡ് ബെൽഫോർ എന്നുവിളിക്കുന്നു." ഞാൻ പറഞ്ഞു.

എന്റെ സ്വരത്തിലെ ഉറച്ചഭാവം അയാളെ ഞെട്ടിച്ചിരിക്കണം. അയാളുടെ തോക്ക് ജനലിൽക്കൂടി പുറത്തു ചാടി. തുടർന്ന് ഒരു ചോദ്യം പുറത്തു ചാടി. ഇത്തവണ പക്ഷേയത് വിചിത്രമായ ഒരു സ്വരമാറ്റത്തോടെയായിരുന്നു.

"എന്താ കുട്ടീടെ അച്ഛൻ മരിച്ചു പോയോ?" അത്ഭുതംകൊണ്ട് അതിന് ഒരക്ഷരം മറുപടി പറയാൻ എനിക്കു കഴിഞ്ഞില്ല.

"ആയ്. അയാൾ മരിച്ചുപോയി. ഒരു സംശയവുമില്ല. സത്യത്തിൽ ഇവിടെ വന്നു എന്റെ വാതിൽക്കൽ മുട്ടാൻ ഇടയാക്കിയത് ആ ഒരു കാര്യമാണ്, സംശയമില്ല."

തുടർന്ന് ഇത്തിരി നേരത്തെ മൗനം. വീണ്ടും അതിനുശേഷം സംസാരിച്ചത് കയർക്കുന്ന മട്ടിലാണ്. കുറച്ചുകൂടിക്കഴിഞ്ഞ്, "ശരി ചെക്കാ- നിന്നെ ഞാൻ അകത്തു കടത്താൻ തീരുമാനിച്ചിരിക്കുന്നു" എന്നു പറഞ്ഞ് ജനാലക്കൽ നിന്ന് ആ രൂപം അപ്രത്യക്ഷമായി.

ബെൽഫോർ എന്ന വിചിത്ര മനുഷ്യൻ

തുടർന്ന് ബോൾട്ടുകളും ചങ്ങലകളും ശക്തിയായി കിലുങ്ങി. വാതിൽ കരുതലോടെ തുറക്കപ്പെട്ടു.

"നേരെ അടുക്കളയിലേക്ക് നടന്നോളൂ. അതിനിടെ ഒന്നിലും കൈവെച്ചു പോകരുത്." ശബ്ദത്തിന്റെ ഉടമ വാതിൽ വീണ്ടും പൂട്ടുന്നതിനിടയിൽ ഇരുട്ടിലൂടെ തപ്പിത്തടഞ്ഞ് വഴികണ്ടെത്താൻ ശ്രമിച്ചു. അടുക്കളയിൽ തീ അണയാതെ കത്തുന്നുണ്ട്. അതിന്റെ വെളിച്ചത്തിൽ ഏതാണ്ട് ശൂന്യവും ഫർണീച്ചറുകൾക്ക് ഏറ്റവും ക്ഷാമമുള്ളതുമായ ഒരു മുറി ദൃശ്യമായി. ഷെൽഫുകളിൽ കഷ്ടിച്ച് അഞ്ചോ ആറോ തീറ്റിസാധനങ്ങൾ മാത്രം കരുതിവെച്ചിട്ടുണ്ട്. ഊൺ മേശപ്പുറത്ത് അത്താഴത്തിനുള്ള ഒരുക്കം കാണാനുണ്ടായിരുന്നില്ല. ആകപ്പാടെ അവിടെ ഉണ്ടായിരുന്നത് ഒരു പാത്രം തണുത്ത കഞ്ഞി, ഒരു കോപ്പ വീഞ്ഞ്, ഒരു കരണ്ടി- തീർന്നു. കല്ലുപാകിയുണ്ടാക്കിയ വിശാലമായ മുറിയായിട്ടും ചുവരിനോടു ചേർന്ന് നിരത്തി വച്ച ഏതാനും വലിപ്പു പെട്ടികൾ മാത്രമേ കാണാനുള്ളൂ. ഈ വലിപ്പുകളെല്ലാം പൂട്ടിയിട്ട നിലയിലായിരുന്നു. ഉമ്മറവാതിലടച്ച ശേഷം ആ മനുഷ്യൻ തിരിച്ചുവന്നു. ദുഷ്ടനാണെന്നു ഒറ്റ നോട്ടത്തിൽ തോന്നി. ഇടുങ്ങിയ ചുമലുകൾ. മുതുക് കുനിഞ്ഞിരിക്കുന്നു. അറുപതിനും എഴുപതിനുമിടയിൽ എത്രയുമാകാം പ്രായം. ക്ഷൗരം ചെയ്യാത്ത

മുഖം. ഫ്ളാനൽ കൊണ്ടുള്ള രാക്കുപ്പായം. തലയിൽ തൊപ്പി. നേരെ കണ്ണുകളിലേക്കു തന്നെ നോക്കാതെ അതേസമയം കണ്ണ് എന്റെ ദേഹത്തുനിന്നു പിൻവലിക്കാതെയുള്ള വൃത്തികെട്ട ഒരു സ്വഭാവമാണ് അയാളുടേതെന്ന് താമസിയാതെ ഞാൻ മനസ്സിലാക്കി.

"വിശപ്പുണ്ടോ? കഞ്ഞിയിൽ ഒരു ഭാഗം എടുത്തു കഴിച്ചോളൂ."

"വേണ്ട താങ്കളുടെ ഭക്ഷണത്തിനു ഞാൻ പങ്കുപറ്റുന്നതു ശരിയല്ല." ഞാൻ പറഞ്ഞു. നല്ല വിശപ്പുണ്ടായിരുന്നെങ്കിലും ദാനം സ്വീകരിക്കാൻ അഭിമാനം സമ്മതിച്ചില്ലെന്നുള്ളതാണ് സത്യം.

"ഓ, സാരമില്ല. കോപ്പയിലെ വീഞ്ഞുതന്നെ എനിക്കു ധാരാളം. വൃത്തികെട്ട ഈ ചുമയ്ക്ക്– അതുകൊണ്ട് ശമനം കിട്ടുകയാണെങ്കിലോ?"

വീഞ്ഞുനുണഞ്ഞുകൊണ്ട് എന്നാൽ കണ്ണുകൾ ഒരിക്കൽ പോലും എന്റെ ശരീരത്തിൽ നിന്നു പിൻവലിക്കാതെ അയാൾ പറഞ്ഞു. " ആ കത്ത് ഇങ്ങോട്ടു തന്നോളൂ!" എന്ന് കൈ നീട്ടി.

"ഇത് മി. ബൽഫോറിനുള്ളതാണ്." എന്ന് ഞാൻ എതിർപ്പു കാട്ടി.

"ഞാൻ പിന്നെ ആരാണെന്നാ തന്റെ വിചാരം? അലക്സാണ്ടറിന്റെ എഴുത്തല്ലേ, അത് എനിക്കുള്ളതല്ലാതെ പിന്നെ ആർക്കുള്ളതാണ്?"

"അപ്പോൾ അച്ഛനെ നന്നായറിയാം?" ആശ്ചര്യഭാവത്തിൽ ഞാൻ ചോദിച്ചു.

"നല്ല കഥ! അലക്സാണ്ടറിനെ പരിചയമില്ലെങ്കിൽ പിന്നെ ഞാൻ നിന്നെ അകത്തു കടത്തുമായിരുന്നോ? അലക്സാണ്ടർ ആരാണെന്നാണ് വിചാരം? എന്റെ നേർ സഹോദരൻ, അല്ലാതാര്? നിനക്ക് എന്നെയും എന്റെയീ വീടിനെയും ഞാൻ തരുന്ന ഭക്ഷണത്തെയും ഇഷ്ടപ്പെട്ടാലും ഇല്ലെങ്കിലും നീ എന്റെ സഹോദര പുത്രനാണ് മനസ്സിലായോ?"

ഈ മനുഷ്യൻ എന്റെ അടുത്ത ബന്ധുവാണെന്ന അറിവ് എന്തുകൊണ്ടോ എന്നിൽ കടുത്ത നിരാശയാണുണ്ടാക്കിയത്. അതൃപ്തി, അവമാനം ഇതൊക്കെയാണ് അതു കേട്ടപ്പോൾ എനി

ക്കുണ്ടായ വികാരങ്ങൾ. സത്യത്തിൽ കരച്ചിൽ വന്നു. അതോടെ ഭക്ഷണത്തിലുള്ള താല്പര്യം തീരെ ഇല്ലാതായി. കഞ്ഞിപ്പാത്ര ത്തിലേക്ക് വെറുതെ, തുറിച്ച് നോക്കിയിരിക്കാനേ കഴിഞ്ഞുള്ളൂ. അടുപ്പിനരികിലേക്ക് നീങ്ങിനിന്ന് എഴുത്ത് വെളിച്ചത്തിൽ കാട്ടി അയാളത് തിരിച്ചും മറിച്ചും നോക്കി.

"ഈ കത്തിനകത്ത് എന്താണെന്ന് നിനക്ക് വല്ല ധാരണയു മുണ്ടോ?" പെട്ടെന്ന് അദ്ദേഹം ചോദിച്ചു.

"അതു നിങ്ങൾക്കു തന്നെ നേരിട്ട് വായിച്ചറിയാവുന്നതേ യുള്ളൂ കണ്ടില്ലേ, മുദ്ര പൊട്ടിച്ചിട്ടില്ല."

"പക്ഷേ, നീയെന്തിന് ഇങ്ങോട്ടു വന്നു? എന്തോ ചിലത് പ്രതീക്ഷിച്ചിട്ടാണെന്നുറപ്പ്. എന്താ അങ്ങനെയല്ലേ? ചിലതെല്ലാം നീ ആഗ്രഹിക്കുന്നുണ്ട്, തീർച്ച."

"സത്യം പറയാമല്ലോ സാർ, ധനികരായ ബന്ധുക്കൾ എനി ക്കുണ്ടെന്ന് അറിഞ്ഞപ്പോൾ, സ്വന്തം കാലിൽ നില്ക്കാൻ അവ രെന്നെ സഹായിക്കുമെന്ന ഒരു പ്രതീക്ഷ എന്റെ മനസ്സിൽ ഉണ്ടായി. എന്നാൽ ഒരു കാര്യം തുറന്നു പറയേണ്ടതുണ്ട്. ഒരു യാചകനെപ്പോലെ നിങ്ങളുടെ മുമ്പിൽ കൈ നീട്ടാൻ വന്നതല്ല. താങ്കളുടെ കാരുണ്യമോ സൗജന്യമോ ഒന്നും എനിക്കു വേണ്ട. അത്തരം കാര്യങ്ങളിൽ എന്നും കൂടെ നില്ക്കാൻ സന്നദ്ധരായ സുഹൃത്തുക്കൾ എനിക്കുണ്ട്."

"ഹോ......... ഹോ, ഹോ..... ഇങ്ങനെ വികാരം കൊള്ളാൻ എന്തെങ്കിലും ഞാൻ പറഞ്ഞോ? പരസ്പരം കലഹിക്കാനല്ല സ്നേഹിതരായി നമുക്കു മുന്നോട്ടു പോകാവുന്നതേയുള്ളൂ. ആട്ടെ, അച്ഛൻ മരിച്ചിട്ട് എത്ര കാലമായി?

"മൂന്നാഴ്ച."

"അലക്സാണ്ടർ അങ്ങനെയൊരു മനുഷ്യനായിരുന്നു. ഒന്നും ആരോടും തുറന്നു പറയാത്ത പ്രകൃതം. എന്നാലും എന്നെക്കുറിച്ച് എന്തെങ്കിലും ചിലതു പറഞ്ഞിരിക്കും...."

"ഇല്ല. അച്ഛന് ഒരു സഹോദരനുണ്ടെന്ന് ഇപ്പോൾ താങ്കൾ പറയുമ്പോഴാണറിയുന്നത്. ഷൊ കുടുംബത്തെക്കുറിച്ചും അദ്ദേഹം ഒരക്ഷരം എന്നോടു പറഞ്ഞിട്ടില്ല."

"അതാണ് ഞാൻ പറഞ്ഞത്, ഒരു വിചിത്ര മനുഷ്യനാണ് എന്റെ സഹോദരനെന്ന്."

ഞാൻ നല്കിയ വിവരങ്ങൾ എന്റെ പിതൃസഹോദരനെ അതിയായി സന്തോഷിപ്പിച്ചിട്ടുണ്ടെന്ന് എനിക്കു തോന്നി. ചാടിയെണീറ്റ് എന്റെ തോളിൽ കൈയിട്ട്, "നമുക്കിവിടെ സ്നേഹത്തോടെ ജീവിക്കാം. നിന്നെ വീട്ടിനകത്തേക്ക് കയറ്റാതെ തിരിച്ചയച്ചിരുന്നെങ്കിൽ വലിയ കഷ്ടമാകുമായിരുന്നു..... ശരി. മോൻ പോയി വിശ്രമിച്ചോളൂ. വല്യച്ഛൻ കിടപ്പുമുറികാട്ടിത്തരാം."

ആ സമയത്തും അദ്ദേഹം വിളക്കോ മെഴുകു തിരിയോ ഒന്നും ഉപയോഗിക്കാൻ മിനക്കെട്ടില്ലെന്നത് തീർച്ചയായും എന്നെ അത്ഭുതപ്പെടുത്തി. ഇരുട്ടിൽ തപ്പിക്കൊണ്ടുതന്നെ മുറിയുടെ നേർക്കു നടന്നു. ആ രീതിയിൽ തന്നെ, ഞാനുമദ്ദേഹത്തെ അനുഗമിച്ചു. മുറിക്കകത്ത് എല്ലാം ഇരുട്ടിലാണ്ടു കിടന്നു. കിടക്കയെങ്കിലും കണ്ടുപിടിക്കണ്ടെ? വിളക്ക് അത്യാവശ്യമായിരുന്നു. ചോദിച്ചെങ്കിലും അദ്ദേഹം തന്നില്ല.

അയ്യോ, അതുപറ്റില്ലെന്നു പറഞ്ഞൊഴിഞ്ഞു. "വിളക്ക് എന്ന സാധനം ഞാനിവിടെ ഉപയോഗിക്കാറില്ല മെഴുകുതിരിയും പാടില്ല. തീ എന്നു കേൾക്കുമ്പോൾ തന്നെ ഭയങ്കര പേടിയാണെനിക്ക്. അടുപ്പിൽ പിന്നെ അതുകൂടാതെ കഴിയില്ലല്ലോ. ശരി. ഗുഡ്നൈറ്റ് ഡേവിമകനെ!" അതും പറഞ്ഞ് എനിക്കെന്തെങ്കിലും ചോദിക്കാൻ കഴിയും മുമ്പുതന്നെ വാതിൽ വലിച്ചടച്ച് അദ്ദേഹം പുറത്തു കടന്നു. ചിരിക്കാനോ കരയാനോ എന്നറിയാതെ അതേ മട്ടിൽ തെല്ലിട നിന്നശേഷം കിടക്ക തപ്പി കണ്ടുപിടിച്ചു. ഓ, തണുത്തു മരവിച്ചു കിടക്കുകയാണത്. ഇതെന്താ വല്ല ചതുപ്പു കുഴിയുമാണോ? ഭാഗ്യത്തിന് മടക്കുകുപ്പായം കൂടെ കരുതിയിരുന്നതുകൊണ്ട് അതിൽ ശരീരം പൊതിഞ്ഞ് നിലത്തു കിടന്നു. കിടന്നപ്പോൾ തൊട്ട് മതികെട്ടുറങ്ങുകയും ചെയ്തു.

അതിരാവിലെ കണ്ണും മിഴിച്ചു നോക്കിയപ്പോൾ വളരെ വലിയ ഒരു മുറിയാണതെന്നു മനസ്സിലായി. പത്തോ ഇരുപതോ വർഷം മുമ്പായിരുന്നെങ്കിൽ ഇത് ഒന്നാന്തരമൊരു കിടപ്പുമുറി തന്നെയാകുമായിരുന്നു. എന്നാൽ പൊടിയും തണുപ്പും വൃത്തി

കേടുകളും ദുരുപയോഗവും അതിനെയൊരു നരകക്കുഴിതന്നെയായി മാറ്റിയിരിക്കുന്നു. എലികളും എട്ടുകാലികളും പഴുതാരയും എന്നുവേണ്ട എല്ലാ തരത്തിലുള്ള ജീവജാലങ്ങളും അകത്തുണ്ടെന്ന് പകൽ വെളിച്ചം വ്യക്തമാക്കി.

പുറത്തു സൂര്യൻ നിന്നു ജ്വലിക്കാൻ തുടങ്ങിക്കഴിഞ്ഞിട്ടുണ്ട്. എന്നാൽ ഈ ദുരിതക്കുഴിയിൽ തണുപ്പിന് ഒരു കുറവുമില്ല. പുറത്തിറങ്ങാമെന്നു വച്ചാൽ വാതിൽ പുറമെ നിന്നു പൂട്ടിയിട്ടുണ്ട്. പലതവണ മുട്ടുകയും ബഹളം വെക്കുകയും ചെയ്തപ്പോൾ എന്റെ ജയിലർ വന്ന് വാതിൽ തുറക്കാൻ കനിവു കാട്ടി. വീണ്ടും പ്രാതൽ മേശക്കരികിലേക്ക്. ഇന്നലത്തെ തണുത്ത കഞ്ഞിയും വീഞ്ഞും തന്നെ ഇന്നും. വെയിലത്തിരുന്ന് പുകവലിച്ചൂതുകയാണ് എബനിസർ വല്യച്ഛൻ. ഇടക്ക് എന്നെ നോക്കി വല്ലതും ചോദിച്ചാലായി. "അമ്മ എങ്ങനെയുണ്ട്" എന്ന അന്വേഷണം അതിലൊന്നായിരുന്നു. നേരത്തേ മരിച്ചുപോയെന്നു ഞാൻ പറഞ്ഞു. തുടർന്ന് രണ്ടുപേരും തെല്ലിട മിണ്ടാതിരുന്നു.

"ചങ്ങാതിമാർക്കു ക്ഷാമമില്ലെന്നോ മറ്റോ ഇന്നലെ പറഞ്ഞില്ലെ...... ആരാണവർ" എന്ന് കുറച്ചു കഴിഞ്ഞ് ചോദിച്ചു. കേംപബെൽ* എന്ന പേരിൽ അത്തരം കുറേ മാന്യന്മാർ എന്റെ മിത്രങ്ങളായുണ്ടെന്നു ഞാൻ തട്ടിവിട്ടു. സത്യത്തിൽ കേംപ്ബെൽ എന്നു പേരുള്ള ഒരാളെ മാത്രമേ എനിക്കറിഞ്ഞുകൂടൂ. എന്റെ പ്രിയപ്പെട്ട കേംപ്ബെലച്ചൻ. തികച്ചും നിസ്സഹായനാണെന്ന ധാരണ വല്യച്ചനുണ്ടാകാതിരിക്കാൻ വേണ്ടി നിർദോഷമായ ഒരു കാര്യം പറഞ്ഞെന്നേയുള്ളൂ. അക്കാര്യം അദ്ദേഹം മനസ്സിലിട്ടു പരിശോധിക്കുകയാണെന്ന് മുഖഭാവത്തിൽനിന്നും

---

* കേംപ്ബെൽ എന്നത് അന്നത്തെ രാജാവിന്റെ കക്ഷിയായ വിഗുകളെ പിന്തുണയ്ക്കുന്ന ഒരു വിഭാഗത്തിനുള്ള ഒരു പൊതു പേരുകൂടിയാണ്. കേംപ്ബെൽ അച്ചനും ഡേവിഡുമെല്ലാം വിഗ് കക്ഷിക്കാരാണ് എന്ന് ഇവിടെ ഓർക്കാം. ക്രിസ്തുവിന്റെ അനുയായികളിലൊരാളായിരുന്ന അലക്സാണ്ടർ കാംപ്ബെലിന്റെ അനുയായികളാണവർ. പതിനേഴാം നൂറ്റാണ്ടിന്റെ അവസാനത്തിൽ കത്തോലിക്കാവിശ്വാസിയായ രാജാവിനെ സ്ഥാനഭ്രഷ്ടനാക്കാൻ മുന്നിട്ടിറങ്ങിയ ഉല്പതിഷ്ണുകക്ഷിയായ വിഗ് കക്ഷിയിലെ അംഗങ്ങൾ വിഗുകൾ എന്ന പേരിൽ അറിയപ്പെടുന്നു. ജെയിംസ് രാജാവിനെ പിന്തുണയ്ക്കുന്നവർ ജെക്കൊവൈറ്റുകൾ എന്ന പേരിൽ അറിയപ്പെടുന്നു. വിഗുകളും ജെക്കോബിയന്മാരും ബദ്ധശത്രുക്കളാണ്. ഇവരിൽ പലരും രാജ്യഭ്രഷ്ടരാക്കപ്പെട്ടു. മറ്റുപലരും നിരന്തര പീഡനങ്ങൾക്ക് വിധേയരായി.

മനസ്സിലായി. തുടർന്ന് വല്യച്ഛൻ പറഞ്ഞത് ശരിയായ സ്ഥലത്ത് ശരിയായ കൈകളിൽത്തന്നെ ഞാനെത്തിച്ചേർന്നു എന്നാണ്. കുടുംബ കാര്യങ്ങളിൽ വളരെയേറെ ഉൽക്കണ്ഠയുള്ള കൂട്ടത്തിലാണ് താൻ. ഏതെങ്കിലും തരത്തിൽ സഹായിക്കണമെന്ന് തീരുമാനിച്ചു കഴിഞ്ഞു, പക്ഷേ, ചിന്തിക്കാൻ ഇത്തിരി സാവകാശം വേണം. ഏറ്റവും പറ്റിയ ജോലി തന്നെ എനിക്കുവേണ്ടി കണ്ടുപിടിക്കാനുദ്ദേശിക്കുന്നു. അതിനിടയിൽ ഒരുകാര്യമുണ്ട്. നാക്ക് വായ്ക്കകത്തുതന്നെ സൂക്ഷിക്കാൻ ശ്രദ്ധിക്കണം. എസെൻഡീനിലെ ആ ചങ്ങാതിമാരോട് ഒരു തരത്തിലും ബന്ധപ്പെടരുത്. കത്ത്, കുറിമാനം, ഒന്നും വേണ്ട.

അതൊരാജ്ഞയാണെന്ന് ആ സ്വരം വ്യക്തമാക്കി.

ചതി

ആ ദിവസം കുഴപ്പമില്ലാതെ മുന്നോട്ടു പോയി. ഉച്ചയ്ക്കും രാത്രിയും തണുത്ത കഞ്ഞി തന്നെ കുടിച്ചു. വല്യച്ഛൻ തീരെ വിരളമായി മാത്രം സംസാരിച്ചു. പതിവുപോലെ ഇടയ്ക്കിടെയുള്ള ചില ചോദ്യങ്ങളിൽ അത് ഒതുങ്ങി. വിചാരിക്കാതെ തൊടുത്തു വിടുന്ന ചില സംശയങ്ങൾ? ആ രീതിയിൽ ആ വീട്ടിലെ മഹാനിശ്ശബ്ദതയ്ക്ക് ചിലപ്പോൾ മാത്രം മുറിവു പറ്റി. അടുക്കളയ്ക്ക് തൊട്ടടുത്ത മുറിയിൽ പലതരം പുസ്തകങ്ങൾ നിറച്ച ഷെൽഫുകളായിരുന്നു. അതിനകത്തു കടക്കാൻ തടസ്സമൊന്നുമുണ്ടായില്ല. അതൊരു വലിയ അനുഗ്രഹമായി ഞാൻ കണ്ടു. വെറുതെയിരുന്ന് ബോറടിക്കേണ്ടല്ലോ. ഇംഗ്ലീഷിലും ലാറ്റിനിലുമുള്ള പുസ്തകങ്ങൾ ഉണ്ടായിരുന്നു. സമയം പോകാൻ പിന്നെന്തുവേണം? ഉച്ചയ്ക്കു ശേഷമുള്ള സമയം മുഴുവൻ ഞാൻ അവിടെ ചെലവഴിക്കും.

എന്നാൽ പുസ്തകങ്ങളിൽ ഒന്നിന്റെ ഉൾപ്പേജിൽ എഴുതിവച്ച ഒരു വാക്യം എന്റെ മുമ്പിൽ കീറാമുട്ടിയായി കിടന്നു. അച്ഛൻ ഇളയ സഹോദരനാണെന്നാണല്ലോ വല്യച്ഛൻ പറഞ്ഞിരുന്നത്. എന്നാൽ പുസ്തകത്തിലെ കൈയെഴുത്തു കണ്ടപ്പോൾ അങ്ങേർക്ക് ഒരബദ്ധം പറ്റിയിട്ടുണ്ടാകുമെന്നു ഞാൻ വിചാരി

ച്ചു. അഥവാ അഞ്ചു വയസ്സ് തികയും മുമ്പുതന്നെ വടിവൊത്ത അക്ഷരങ്ങളിൽ വൃത്തിയായി എഴുതാൻ അദ്ദേഹത്തിനു കഴിഞ്ഞിരിക്കണം. കൈയക്ഷരം നോക്കി അച്ഛൻ മൂത്തവനാണെന്നേ പറയാൻ കഴിയൂ. പിതാവിന്റെ കൈയക്ഷരത്തെക്കുറിച്ചുള്ള ഈ ചിന്തകളെ മനസ്സിൽ നിന്ന് തൂത്തുവാരാൻ നോക്കിയിട്ടും ഫലമുണ്ടായില്ല. മനസ്സിലൊരു ഭാരമായി അത് അങ്ങനെ കിടന്നു. അതുകൊണ്ട് പിന്നീട് വല്യച്ഛനെ കണ്ടപ്പോൾ ആദ്യമന്വേഷിച്ചത് എഴുതുകയും വായിക്കുകയും ചെയ്ത കാര്യത്തിൽ എന്റെ പിതാവ് തന്റെ ജ്യേഷ്ഠനായ അദ്ദേഹത്തേക്കാൾ ഏറെ മുമ്പിലായിരുന്നോ എന്നാണ്. “അല്ല, മകനെ ആ രണ്ടു കാര്യങ്ങളിൽ ഞാനായിരുന്നു മുമ്പിൽ.” എന്ന് അദ്ദേഹമതിന് മറുപടി പറഞ്ഞു.

അതു കേട്ട എന്റെ സംശയം വർദ്ധിച്ചു. ‘സഹോദരൻ എബിനിസറിന് അയാളുടെ അഞ്ചാം പിറന്നാളിന്’ എന്ന് പുസ്തകത്തിൽ എഴുതിവച്ച ആ വാക്യം....... പഠിക്കുന്ന കാര്യത്തിൽ താൻ അലക്സാണ്ടറിനേ ക്കാൾ മിടുക്കനായിരുന്നെന്നും അയാൾക്കൊപ്പം തന്നെ താനും എഴുതാൻ പഠിച്ചു എന്നുമാണിപ്പോൾ വല്യച്ഛൻ പറഞ്ഞു വരുന്നത്.

ഇത് എന്റെ സംശയം ഒന്നുകൂടി വർദ്ധിപ്പിച്ചു. അലക്സാണ്ടറിനൊപ്പം താൻ എഴുതാൻ പഠിച്ചു എന്നാണെങ്കിൽ വല്യച്ഛൻ അവകാശപ്പെടുന്നതുപോലെ അദ്ദേഹം അച്ഛനേക്കാൾ സമർത്ഥനായിത്തീരുന്നതെങ്ങനെ? വല്യച്ഛനാണ് മൂത്തതെങ്കിൽ അച്ഛനേക്കാൾ മുമ്പേ അദ്ദേഹം എഴുത്തു പഠിച്ചു കാണണം. തീർച്ചയായും ഇതൊരു വിചിത്രമായ കാര്യം തന്നെ. രണ്ടുപേരും ഇരട്ടകളാണോ എന്ന ചോദ്യമായി അതെന്റെ വായിൽ നിന്നും പുറത്തു വന്നു.

അതുകേട്ട് പെട്ടെന്ന് വല്യച്ഛന്റെ ഭാവം മാറി. അരിശത്തോടെ ചാടിയെണീറ്റപ്പോൾ കരണ്ടി കൈയിൽ നിന്നു തെറിച്ചുപോയി. ഇത്തരം ചോദ്യങ്ങൾ പാടില്ല എന്നു പറഞ്ഞു മുന്നോട്ട് വന്ന് കോട്ടിലെ കോളറിൽ പിടിച്ചു. ഇക്കുറി കണ്ണുകളിലേക്കു തന്നെ തറപ്പിച്ചു നോക്കി. ഒരു പക്ഷിയുടേതുപോലെ തീരെ ചെറുതും തിളക്കമുള്ളവയുമാണവയെന്ന് എനിക്ക് തോന്നി. വിചിത്രമായ

രീതിയിലദ്ദേഹം അവചലിപ്പിക്കുകയും മിഴിക്കുകയും ചെയ്തു കൊണ്ടിരുന്നു....

"താങ്കൾ എന്താണുദ്ദേശിക്കുന്നത്?" ശാന്തസ്വരത്തിൽ ഞാൻ ചോദിച്ചു. ശരീര ശക്തിയുടെ കാര്യത്തിൽ സ്ഥിതി തികച്ചും ഭദ്ര മായിരുന്നതുകൊണ്ട് ഞാനദ്ദേഹത്തെ പേടിക്കേണ്ട കാര്യമില്ലാ യിരുന്നു. "കോളറിൽ നിന്ന് കൈയെടുക്കുന്നതായിരിക്കും നല്ല ത്. ഇങ്ങനെയൊരു പെരുമാറ്റം താങ്കളെപ്പോലെ ഒരാളിൽ നിന്ന് ഞാൻ പ്രതീക്ഷിച്ചില്ല."

ഏറെ പ്രയാസപ്പെട്ടാണ് അദ്ദേഹം സ്വയം നിയന്ത്രിച്ചതെന്ന് എനിക്ക് തോന്നി. "ഡേവിഡേ, നിന്റെ അച്ഛനെക്കുറിച്ച് നീ ഇനി മിണ്ടിപ്പോകരുത്. എന്റെ ഒരേയൊരു സഹോദരനായിരുന്നു അവൻ...." അദ്ദേഹത്തിന്റെ ശബ്ദമിടറി. കണ്ണുകൾ നനയുന്നു ണ്ടെന്നു തോന്നി. മുമ്പിൽ വച്ച പ്ലേറ്റിലേക്കു തന്നെ നിർന്നിമേ ഷനായി നോക്കിയിരിക്കെ ശരീരം വിറയ്ക്കുന്നുണ്ടായിരുന്നു. എന്നാൽ ശബ്ദത്തിലാകട്ടെ ഒരു വിധത്തിലുള്ള സങ്കടവുമുള്ള തായി തോന്നിയില്ല. കരണ്ടിയെടുത്ത് വീണ്ടും ആഹാരം കഴി ക്കാൻ തുടങ്ങിയിട്ടും വിറയൽ നിന്നില്ല.

അവിചാരിതമായി ഉണ്ടായ ഈ വഴിത്തിരിവ് കുപ്പായക്കോള റിൽ കേറിപ്പിടിക്കൽ..... അച്ഛന്റെ പേരുപറഞ്ഞ് വല്ലാതെ വികാരം കൊള്ളൽ..... ഇതിലെല്ലാം വിശദീകരണം സാദ്ധ്യമല്ലാത്ത എന്തോ ചില കാര്യമുണ്ടെന്ന് എനിക്കു തോന്നി. വല്യച്ഛന് തലയ്ക്കു നല്ല സുഖമില്ലെന്നു വരുമോ? എന്നെ സംബന്ധിച്ചിടത്തോളം ഇതിൽ ചില ആപത്തുകൾ പതിയിരിക്കുക കൂടിചെയ്യുന്നില്ലേ? ഒപ്പം പണ്ടെപ്പഴോ കേട്ട ഒരു കഥ മനസ്സിലേക്കു വന്നു. പഴയ ആ വീരഗാഥയുടെ ചുരുക്കം ഏതാണ്ടിങ്ങനെയായിരുന്നു? ഒരു ദരിദ്രബാലൻ. അളവില്ലാത്ത സ്വത്തുക്കളുടെ അവകാശിയായി രുന്നു സത്യത്തിലവൻ. എന്നാൽ സ്വന്തം ചോരയിൽ പിറന്ന വർ തന്നെ അവന് എല്ലാ അവകാശങ്ങളും നിഷേധിച്ചു. ഇതേ മാതിരിയൊരു അടവ് എന്റെ വല്യച്ഛൻ എനിക്കെതിരെ പ്രയോ ഗിക്കുന്നത് എന്തിനായിരിക്കും? അനാഥനും നിസ്സഹായനുമായ

ഒരു കുട്ടിയോട്, അതും സ്വന്തം അനിയന്റെ മകൻ.... വല്യച്ഛൻ എന്നെ പേടിക്കുന്നുണ്ടെന്നല്ലേ ഇതിനർത്ഥം?

ഈ സംഭവത്തിനുശേഷം പിന്നെ ഒന്നും അദ്ദേഹം എന്നോടു സംസാരിച്ചില്ല. സ്വന്തം ചിന്തകളിൽ നഷ്ടപ്പെട്ട നിലയിൽ ഒറ്റ ഇരിപ്പായിരുന്നു പിന്നീടങ്ങോട്ട്. അതു ശ്രദ്ധിക്കുന്തോറും എന്നെക്കുറിച്ചുള്ള ഏതോ ദുഷ്ടവിചാരങ്ങളാണ് ആ മനസ്സിലെന്ന് എനിക്കു തോന്നാൻ തുടങ്ങി.

അത്താഴം കഴിഞ്ഞ് നെരിപ്പോടിനു മുമ്പിലിരുന്ന് ഒന്നും പറയാതെ പുകവലിച്ചുകൊണ്ടിരുന്നു. കുറേക്കഴിഞ്ഞ് തികച്ചും അപ്രതീക്ഷിതമായ ഒരു നിമിഷത്തിൽ മൗനം ഭഞ്ജിച്ചു. "ഡേവീ, ഒരു കാര്യം നിന്നോടെനിക്ക് പറയാനുണ്ട്. നീ ജനിക്കും മുമ്പ് നിന്റെയച്ഛനു ഞാൻ കൊടുത്ത ഒരു വാഗ്ദാനമുണ്ട്. കുറച്ചു കാശ് അവനു നല്കണമെന്ന്. അതിൻപടിഞാനാഗ്രഹിച്ചു. എന്നാൽ എനിക്കതു പാലിക്കാൻ കഴിഞ്ഞില്ല. വലിയ സംഖ്യയൊന്നുമില്ലെങ്കിലും ആ കടം നിന്നിലൂടെ വീട്ടാൻ ഞാൻ ആഗ്രഹിക്കുന്നു. നീ ഇത്രത്തോളം വന്നസ്ഥിതിക്ക് ഇപ്പോൾ തന്നെയാണ് അതിനുള്ള ശരിയായ സമയം. ബുദ്ധിമുട്ടൊക്കെയാണ്, എന്നാലും വാക്കുപറഞ്ഞാൽ പിന്നെയതു തെറ്റിക്കുന്നതു ശരിയല്ല. ഒരു നിമിഷം പുറത്തുപോയി നില്ക്കുമോ?............."

ആ അഭ്യർത്ഥന മാനിച്ച് ഞാൻ പുറത്തെ ഇരുട്ടിൽ കാത്തുനില്ക്കവെ, എന്തു പുതിയ ഗൂഢാലോചനയായിരിക്കും അങ്ങേരുടെ മനസ്സിൽ എന്ന് ചിന്തിക്കാതിരിക്കാൻ എനിക്കു കഴിഞ്ഞില്ല. ഇതുവരെ പറഞ്ഞതെല്ലാം പച്ചക്കള്ളമാകാനേ തരമുള്ളൂ. എന്താണ് അതുകൊണ്ടുദ്ദേശിക്കുന്നതെന്ന് എനിക്കറിഞ്ഞുകൂടെങ്കിലും. അങ്ങനെയിരിക്കേ അകത്തേക്കു വിളിച്ച് കുറേ സ്വർണ്ണനാണയങ്ങൾ ശ്രദ്ധയോടെ എണ്ണി എന്റെ കൈയിൽ വച്ചു തന്നു. നാല്പത്തിയേഴ് ഗിനിയുണ്ടായിരുന്നു. ബാക്കിയുള്ള മൂന്നു ഗിനി ചില്ലറകളായി സ്വന്തം കൈയിൽ തന്നെ സൂക്ഷിച്ചു. എന്തുവന്നാലും അതെനിക്ക് വിട്ടുതരില്ലെന്ന മട്ടിൽ അടുത്ത നിമിഷം അതു കീശയിലിടുകയും ചെയ്തു.

"ഡേവി, മോനേ, ഇപ്പോൾ നിനക്കു മനസ്സിലാവുന്നുണ്ടാകും

എങ്ങനെയുള്ള ആളാണ് നിന്റെ വല്യച്ഛനെന്ന്. അപരിചിതരോട് ഞാൻ അപരിചിതരോടെന്നപോലെ തന്നെ പെരുമാറും. എന്നാൽ ബന്ധംപോലെ തന്നെ വാക്കും നല്ലതായിരിക്കും എന്ന് ഇപ്പോൾ ബോദ്ധ്യമായിട്ടുണ്ടാകുമല്ലോ. എന്തു പറയുന്നു?"

എത്രയും പിശുക്കനെന്ന് പ്രവൃത്തികൾകൊണ്ട് വ്യക്തമാക്കിയ ഒരാൾ പെട്ടെന്ന് കാരുണ്യവാനായി ചമയുന്നതുകണ്ടാൽ ആർക്കാണ് ഒരു മനം മാറ്റമൊക്കെ ഉണ്ടാകാതിരിക്കുക? അതുകൊണ്ട് ചില നന്ദിവാക്കുകൾ ഞാനറിയാതെ എന്റെ വായിൽനിന്നു പുറത്തുവന്നു. എന്റെ മനസ്സുവായിച്ചെടുക്കുകയാണെന്ന മട്ടിലായിരുന്നു അതിനോടുള്ള പ്രതികരണം. "വേണ്ട, ആ മാതിരിവാക്കുകളൊന്നും വേണ്ട. സ്വന്തം സഹോദരന്റെ മകനോടു ചെയ്യേണ്ട എന്റെയൊരു കടമ മാത്രമാണിത്. അതു നിറവേറ്റിയെന്നു മാത്രം. അതിലപ്പുറമൊന്നും ഇതിലില്ല പ്രിയപ്പെട്ട എന്റെ മകനെ!"

ഇത്രയും പറഞ്ഞശേഷം മുഖം അല്പം പിറകോട്ടാക്കി. എന്റെ നേർക്ക് ഒരു നോട്ടമയച്ചശേഷം 'പകരത്തിനു പകരം.' എന്നു പറഞ്ഞു, തനിക്ക് വയസ്സാവുകയാണെന്നും താൻ ക്ഷീണിതനായിരിക്കുകയാണെന്നും മറ്റും വിശദീകരിച്ചുകൊണ്ടിരുന്നു. വീടും തോടുമൊക്കെ ശരിപ്പെടുത്താൻ എന്റെ സഹായം അത്യാവശ്യമാണത്രെ. എല്ലാ സഹായവും ഞാനതിനു മറുപടിയായി വാഗ്ദാനം ചെയ്തു. അർഹിക്കാതെ പണം നല്കിയതിന് നന്ദി പറയാനും ആ അവസരം വിനിയോഗിച്ചു. തന്ന പണത്തിനു പ്രത്യുപകാരമായി ആകുന്ന സഹായമെല്ലാം ചെയ്യുമെന്നും അറിയിച്ചു.

"ശരി അങ്ങനെയെങ്കിൽ നമുക്കതു ഇപ്പോൾത്തന്നെ ആരംഭിക്കാം. ഈ താക്കോൽ കണ്ടില്ലേ, ഇതുമായി നീ വെളിയിലിറങ്ങി കോണികയറണം. മുകളിലെ ഗോപുരത്തിൽ ചെല്ലണം. അവിടെയുള്ള പെട്ടിയിൽ നമുക്ക് രണ്ടുപേർക്കും ഉപകരിക്കുന്ന ചില രേഖകളുണ്ട്. പെട്ടിയോടെ അത് നീ ഇവിടെ എത്തിക്കണം..... ങ്ഹാ, ഇരുട്ടാണെന്നറിയാം. പക്ഷേ, വിളക്ക് എടുക്കരു

ത്. അത് എനിക്കിഷ്ടമല്ലെന്ന് നിനക്കറിയാമല്ലോ. എന്നാൽ തുടങ്ങിക്കോളൂ.... എത്രയും പെട്ടെന്ന്."

അനന്തരം തുരുമ്പിച്ചു പഴകിയ ഒരു താക്കോൽ എന്റെ കൈയിൽ വച്ചു തന്നു. അല്പനേരം അതിൽത്തന്നെ നോക്കിയിരുന്ന ശേഷം ഞാൻ എഴുന്നേറ്റു. "പിന്നെ സൂക്ഷിക്കണം. കേട്ടോ, കോണിക്ക് ചാരുപിടികളൊന്നുമില്ലെന്നറിയാമല്ലോ. ശരി ഞാൻ ഇവിടെത്തന്നെയുണ്ട്."

വല്ലാതെ ഇരുണ്ട ഒരു രാത്രിയായിരുന്നു അത്. പുറത്ത് കൊടുങ്കാറ്റ് ഉരുണ്ടുകൂടുന്നുണ്ടായിരുന്നു. ഗോപുരവാതിലിൽ എത്തി താക്കോൽ പൂട്ടിനകത്തിട്ടുതിരിച്ചതും ശക്തിയായി ഇടിവെട്ടി. കണ്ണിൽ ഇരുട്ടു കയറി മിക്കവാറും അന്ധനായി തെല്ലിട ഉഴറി നില്ക്കേണ്ടി വന്നു. പിന്നെ സമചിത്തത വീണ്ടെടുത്ത് വാതിൽ തുറന്ന് കോണിപ്പടികൾ കണ്ടുപിടിച്ച് ഒരുവിധം മുന്നോട്ടു പോകാൻ തുടങ്ങി. മുകളിലോട്ടു പോകുന്തോറും വായുസമ്പർക്കം കൂടുന്നതായും പ്രകാശം കൂടിവരുന്നതായും അനുഭവപ്പെട്ടു. പെട്ടെന്നു വീണ്ടും ഇടിവെട്ടി. പേടികൊണ്ട് തൊണ്ടയിൽനിന്നും പുറപ്പെട്ട നിലവിളിപുറത്തു വന്നില്ല. മുമ്പിൽ നിന്ന മരണത്തിൽനിന്ന് ആ സമയം ഞാൻ രക്ഷപ്പെട്ടത് ദൈവത്തിന്റെ കൃപാകടാക്ഷം ഒന്നുകൊണ്ടുമാത്രമാണ്. കാരണം അതിനപ്പുറം കോണിയുടെ ഭാഗം ശൂന്യമായിരുന്നു. ഗോപുരമോ മറ്റു ഭാഗങ്ങളോ ഒന്നും അവിടെ ഉണ്ടായിരുന്നില്ല. അവസാന പടിയിലാണ് നില്ക്കുന്നതെന്ന് ഒരു ഞെട്ടലോടെ ഞാൻ തിരിച്ചറിഞ്ഞു. ഒരടി കൂടി മുകളിലോട്ടു വച്ചിരുന്നെങ്കിൽ......... അതോർത്തു ഞാൻ ഞെട്ടിവിറച്ചു.

വിപദി ധൈര്യത്തിന്റേതായ ഒരു വീര്യം ആ സമയം എന്റെ ഹൃദയത്തിൽ പിടി മുറുക്കി. അത്യന്തം അപകടകരമായ ഈ ദൗത്യത്തിലേക്ക് വല്യച്ഛൻ എന്നെ പറഞ്ഞയച്ചതിനു പിന്നിലെ ദുഷ്ടലാക്ക് ഞാൻ തിരിച്ചറിഞ്ഞ നിമിഷമായിരുന്നു അത്. അറിഞ്ഞുകൊണ്ടുതന്നെ അദ്ദേഹമതു ചെയ്യുകയായിരുന്നു എന്ന് എനിക്ക് തോന്നി. അങ്ങനെയെങ്കിൽ പ്രശ്നത്തിന് ഇന്നുതന്നെ

പരിഹാരമുണ്ടാക്കണം. നേരം പുലരും മുമ്പ് എല്ലാം അവസാനിപ്പിക്കണം. അതിനിടയിൽ മരിക്കേണ്ടിവന്നാലും സാരമില്ല.

അതാ വീണ്ടുമൊരു മിന്നൽ. അതിന്റെ വെളിച്ചത്തിൽ നില്ക്കുന്ന സ്ഥലം ഒന്നുകൂടി നോക്കി. പടികൾ അവസാനിച്ചിരിക്കുന്ന സ്ഥലത്തിനപ്പുറം പണിനടത്താൻ താല്ക്കാലികമായി ഉണ്ടാക്കിയ ഒരു തട്ടാണ്. എന്തായാലും അതിന് മുകളിൽ പെട്ടിയുണ്ടോ എന്നു കണ്ടുപിടിച്ചിട്ടു തന്നെ കാര്യം. അതിനകത്തുണ്ടെന്നു പറയുന്ന പ്രമാണം എന്താണെന്ന് എനിക്കും കാണണം. ഏതായാലും ഇത്രടംവരെ വന്നതല്ലേ? തപ്പിത്തടഞ്ഞ്, എന്നാൽ അതീവസൂക്ഷ്മതയോടെ ഒച്ചിന്റെ വേഗതയിൽ ഞാൻ തട്ടിന്റെ പടികൾ ഒന്നൊന്നായി കയറാൻ തുടങ്ങി. ഗോപുരത്തിനു മുകളിൽ നരിച്ചീറുകൾ ബഹളമുണ്ടാക്കി ഇടയ്ക്കിടെ എന്റെ മുഖത്തും ദേഹത്തും തട്ടി അസ്വാസ്ഥ്യമുണ്ടാക്കി. ഏറ്റവും മുകളിലെത്തി നില്ക്കുകയാണെന്ന് ആ സമയം ഞാൻ തിരിച്ചറിഞ്ഞു. മുകളിൽ തപ്പിപ്പരതുകയായിരുന്ന വിരലുകൾ ഒരു വിളുമ്പിൽ തട്ടി. അതിനപ്പുറം ഒന്നുമില്ലെന്നും ശൂന്യതയാണെന്നും ഒരു ഞെട്ടലോടെ ഞാൻ തിരിച്ചറിഞ്ഞു. ഗോപുരവും പെട്ടിയും എന്റെ സങ്കല്പത്തിൽ മാത്രമാണെന്ന് അതോടെ വ്യക്തമായി. ആ സ്ഥലത്തിനപ്പുറത്തേക്ക് കോണിപ്പടികളുടെ നിർമ്മാണം നടന്നിട്ടേയില്ലെന്ന് എനിക്കു മനസ്സിലായി. അപരിചിതനായ ഒരാളെ ഇവിടെ എത്തിക്കുകയെന്നു വച്ചാൽ ഒരാളെ കൊല്ലാൻ കൊണ്ടുപോവുക എന്നാണതിനർത്ഥം.

ഈ ചിന്തയിൽ ഞാനാകെ ഞെട്ടിവിറച്ചുപോയി. ശരീരം വിയർത്തു കുളിച്ചു.

നിയന്ത്രണംതിരിച്ചു കിട്ടിയതും ശ്രദ്ധിച്ചു പടികളിറങ്ങാൻ തുടങ്ങി. മിന്നൽ വെളിച്ചം എന്നെ തുണച്ചു. അതിനിടെ മഴ പെയ്യാൻ തുടങ്ങി. അതിനിടയിലൂടെ മുഖമിട്ട് താഴോട്ടു നോക്കിയപ്പോൾ അടുക്കള ഭാഗത്തു വെളിച്ചം കണ്ടു. വാതിൽ തുറന്നു കിടക്കുന്നു. മഴയെ വകവെക്കാതെ പുറത്തിറങ്ങി നിന്ന് എന്റെ ചലനങ്ങൾക്കുവേണ്ടി ചെവികൂർപ്പിക്കുകയായിരുന്നു വല്യച്ഛ

നെന്ന് പെട്ടെന്ന് എനിക്കു തോന്നി. മുകളിൽ എന്തോ ചിലതു നടക്കുന്നതായി പ്രതീക്ഷിച്ചുകൊണ്ട് നില്ക്കുന്ന ആ രൂപത്തെ ഞാൻ മനസ്സിൽ സങ്കല്പിച്ചു. എന്റെ ചോര തിളച്ചു. തപ്പിത്തടഞ്ഞ് കോണിയിറങ്ങി നേരെ അടുക്കളഭാഗത്തേക്കു നടന്നു. പൂച്ചയെപ്പോലെ പതുങ്ങി തുറന്നിട്ട വാതിലിലൂടെ അകത്തു കടന്നു. അങ്ങോർ അകത്തുതന്നെയുണ്ട്. വാതിലിനു പുറം തിരിഞ്ഞിരുന്ന് മദ്യപിക്കുകയാണയാൾ. നേരെ ചെന്ന് അറിയാതെ തോളിൽ കൈയിട്ടതും വല്യച്ഛൻ പേടിച്ചരണ്ട ഒരാട്ടിൻകുട്ടിയെപ്പോലെ നിലവിളിച്ചുകൊണ്ട് നിലത്തേക്കു തെറിച്ചു വീണു. ബോധം പൂർണ്ണമായും നഷ്ടപ്പെട്ടിരുന്നു. എങ്കിലും ഞാൻ ശ്രദ്ധിച്ചില്ല. എത്രയും വേഗം എന്തെങ്കിലുമൊരായുധം കരസ്ഥമാക്കണമെന്ന ചിന്ത മാത്രമേ ആ സമയത്തുണ്ടായിരുന്നുള്ളൂ. ഒരാക്രമണം ഉണ്ടായാൽ നേരിടാനുള്ള മുൻകരുതൽ. ഏതായാലും തുരുമ്പിച്ച ഒരു കത്തി കൈയിൽ കിട്ടിയത് കീശയിലിട്ട് ഒരു പാത്രം വെള്ളവുമായി വല്യച്ഛന്റെ അരികിലെത്തി. മുഖത്തു വെള്ളം തളിച്ചപ്പോൾ അദ്ദേഹം ഉണർന്നു. താങ്ങിപ്പിടിച്ച് മേശയ്ക്കരികെ കസാരയിലിരുത്തി. മുഖത്തെ ഭയഭാവത്തിന് ഒട്ടും കുറവുണ്ടായിരുന്നില്ല. അധോലോകത്തുനിന്നെത്തിയ ഒരാളെയെന്നപോലെ ഭീതിദമായ കണ്ണുകൾകൊണ്ട് അദ്ദേഹം എന്നെ തുറിച്ചു നോക്കി.

ഗോപുരത്തിൽ നിന്നു കാൽ തെന്നിവീണ് എന്റെ കഥ കഴിഞ്ഞുകാണുമെന്നാണ് അദ്ദേഹം വിചാരിച്ചിട്ടുണ്ടാവുക. “എന്ത്, നീ ഇപ്പോഴും ജീവനോടെ ഉണ്ടോ” എന്ന് പിന്നീട് വെളിയിൽ വന്ന ചോദ്യം ആ സമയത്തെ മാനസികാവസ്ഥ അർത്ഥശങ്കയ്ക്കിടയില്ലാത്ത വിധം വ്യക്തമാക്കി.

വല്ലാത്ത ഒരവസ്ഥയിലായിരുന്നു വല്യച്ഛനെങ്കിലും അടിയന്തരമായും എനിക്കൊരു വിശദീകരണം ആവശ്യമായിരുന്നു. എന്തിനദ്ദേഹം തുർച്ചയായി കള്ളം പറഞ്ഞുകൊണ്ടിരിക്കുന്നു? പുറത്തുള്ള സുഹൃത്തുക്കളുമായി ബന്ധപ്പെടാനിടയുണ്ടെന്ന ആശങ്കയ്ക്ക് അടിസ്ഥാനമെന്താണ്? എനിക്ക് അവകാശമുന്നയി

ക്കാൻ ഒരധികാരവുമില്ലാത്ത ഒരു തുക അദ്ദേഹം എന്റെ കൈക ളിൽ വച്ചു തരാൻ എന്താണു കാരണം? ഏറ്റവും അവസാന മായി എന്നെ കൊല്ലാൻ ശ്രമിച്ചതെന്തിന്?

ഒന്നൊന്നായി ഉത്തരം എണ്ണിപ്പറയിക്കും ഞാൻ.... ദുഷ്ടനായ ഈ കിഴവൻ എന്റെ ആരുമല്ല.... എനിക്കിയാളെ തരിമ്പു പോലും പേടിയില്ല.

എന്നാൽ എന്റെ ചോദ്യങ്ങൾ അനക്കമറ്റമട്ടിൽ കേട്ടിരുന്നത ല്ലാതെ അയാൾ ഒന്നും പറഞ്ഞില്ല. നിർബ്ബന്ധിച്ചപ്പോൾ, “എല്ലാം നാളെ പറയാം തല്ക്കാലം ഞാനൊന്നു കിടക്കട്ടെ” എന്ന് വിറ യ്ക്കുന്ന സ്വരത്തിൽ പറഞ്ഞ് എഴുന്നേല്ക്കാൻ ശ്രമിച്ചു.

ക്വീൻസ് ഫെറി പട്ടണം

വല്യച്ഛൻ എന്നെ ശത്രുവായിക്കരുതുന്നു. അതുതന്നെയാണ് സത്യം. ഇതുവരെ നടന്ന ഓരോ സംഭവവും അതു വ്യക്തമാക്കുന്നു. ഒരു ഭിക്ഷാംദേഹിയെപ്പോലെ അഭയം തേടിയെത്തിയ സ്വന്തം സഹോദരപുത്രൻ. കുട്ടിപ്രായം മാറാത്ത ഒരനാഥൻ. എന്നിട്ടാണ് ഇങ്ങനെ. ചതി. വഞ്ചന. അപകടപ്പെടുത്തി ജീവിതം അവസാനിപ്പിക്കാനുള്ള ശ്രമം. ഇനിയങ്ങോട്ടുള്ള ഓരോ അടിവെപ്പിലും ഒരുപാടു ശ്രദ്ധിക്കേണ്ടതുണ്ട്. പക്ഷേ, ഇതൊക്കെയായിട്ടും എനിക്കശേഷം പേടി തോന്നിയില്ല. നാട്ടിൽപുറത്ത് വളർന്ന മറ്റേതൊരു പയ്യനെയും പോലെ എന്റെ കഴിവിൽ എനിക്ക് ഉറച്ച വിശ്വാസമുണ്ട്. തീയിൽ കുരുത്തത് വെയിലത്തു വാടാൻ പോകുന്നില്ല. ഈ യുദ്ധത്തിൽ അന്തിമവിജയം എനിക്കായിരിക്കും.

ഈ ആത്മവിശ്വാസത്തോടെ പിറ്റേന്നു കാലത്തുതന്നെ മുകളിലേക്കുള്ള കോണി കയറി. നല്ല തണുപ്പുണ്ടായിരുന്നു. വാതിൽ തുറന്ന് 'തടവുകാരനെ' പുറത്തിറക്കി. രാത്രി ക്ഷീണിതനായിരുന്ന മുത്തച്ഛനെ ഞാൻ താങ്ങിപ്പിടിച്ച് ഈ മുറിയിലാക്കി വാതിലടയ്ക്കുകയായിരുന്നു. എന്നെ കണ്ടതും തികച്ചും മാന്യമായ രീതിയിൽ സുപ്രഭാതം നേർന്നു. പ്രഭാത കൃത്യങ്ങൾക്കു ശേഷം

പ്രാതൽ മേശയ്ക്ക് പരസ്പരം അഭിമുഖമായിരുന്നു സംസാരമാരംഭിച്ചു. കുറ്റപ്പെടുത്തുന്ന സ്വരത്തിൽ ഞാൻ രാത്രിയിലെ സംഭവങ്ങൾ ഓർമ്മിപ്പിച്ചു. മറുപടിയായി എന്തോ തമാശയെക്കുറിച്ചാണദ്ദേഹം സംസാരിച്ചത്. ഇടയ്ക്കിടെ ഇങ്ങനെ എന്തെങ്കിലും തമാശ പൊട്ടിക്കുക തന്റെയൊരു ശീലമാണത്രെ. എന്നാൽ എന്റെ മുഖം കൂടുതൽ കടുക്കുന്നതു കണ്ടതും അടവു മാറ്റി. നല്ല വിശപ്പ്. ഇതൊന്നു തീർത്തുകൊള്ളട്ടെ. എല്ലാം ഞാൻ വിശദമായി പറഞ്ഞു തരാം എന്നു പറഞ്ഞ് വിഷയം മാറ്റി.

മുഖം കണ്ടപ്പോൾ പറഞ്ഞതിൽ ആത്മാർത്ഥതയുണ്ടെന്നു തോന്നി. കൂടുതൽ കഥകൾ കണ്ടെത്താൻ സമയമെടുക്കുകയാണെന്നു വരാം. ആ സമയം വാതിലിൽ ആരോ മുട്ടി. ഞാൻ ചെന്നു വാതിൽ തുറന്നു. കപ്പൽ വേഷം ധരിച്ച ഒരു പയ്യനായിരുന്നു. എന്നെ കണ്ടതും കപ്പലോട്ടക്കാരുടെ പീപ്പി വായിൽ തിരുകി ശബ്ദമുണ്ടാക്കി കുസൃതികാട്ടി. നൃത്തം ചെയ്യാൻ തുടങ്ങി.

ഏതാണ്ട് എന്റെ സമപ്രായക്കാരനായ ഒരു കുട്ടിയാണവൻ. പക്ഷേ, കാര്യം പറയാതെ ഇങ്ങനെ ഓരോന്നു കാട്ടിക്കൂട്ടിയാൽ ആർക്കായാലും ദേഷ്യം വരില്ലേ? വാതിൽ കൊട്ടിയടച്ച് പിന്മാറാനാഞ്ഞതും, "വേണ്ട സഹോദരാ ഈ കത്ത് യജമാനന് കൊടുക്കാനെത്തിയതാണ്. ക്യാപ്റ്റൻ(കപ്പിത്താൻ) തന്നയച്ചതാണ്.... ഓ, ഇങ്ങനെ നിന്നാൽ വിശപ്പു കൊണ്ടു ചത്തുപോകും. ദയവായി അകത്തേക്കു കൂട്ടിക്കൊണ്ടുപോയി തിന്നാൻ വല്ലതും തരൂ" എന്നു പറഞ്ഞു. തണുത്തു മരവിച്ച് അവന്റെ മുഖം ഏതാണ്ട് നീലിച്ചുപോയതായി ഞാൻ തിരിച്ചറിഞ്ഞു. അതു കൊണ്ട് മുഖഭാവം മാറ്റി അടുക്കളയിൽ ക്ഷണിച്ചിരുത്തി.

കത്തു വായിച്ചു. അല്പനേരം ആലോചിച്ചിരുന്നു. ശേഷം വല്യച്ഛൻ അത് എനിക്കു വായിക്കാൻ തന്നു. ഒരു ക്യാപ്റ്റൻ എലിയ ഹൊസീസൻ എഴുതിയതാണെന്നു മനസ്സിലായി. തന്റെ കപ്പൽ ഉടൻ പുറപ്പെടുകയാണെന്ന് അതിൽ എഴുതിയിരിക്കുന്നു. പുതിയ 'ബിസിനസ് ഓഡർ' വല്ലതുമുണ്ടെങ്കിൽ ആയത് എത്രയും വേഗം തന്നെ അറിയിക്കണമെന്നും അതിൽ എഴുതിയിട്ടുണ്ടായിരുന്നു.

"ശരി ഡേവി, ക്യാപ്റ്റനുമായി എനിക്കു ചിലത് ഇപ്പോൾ തന്നെ സംസാരിക്കേണ്ടതുണ്ട്. നീ ഈ പയ്യനോടൊപ്പം ക്വീൻസ് ഫെറിയിലേക്ക് നടന്നോ. പിറകെതന്നെ ഞാനുമുണ്ട്. ക്യാപ്റ്റനുമായി സംസാരിച്ച ശേഷം നിങ്ങളുടെ അടുത്തേക്ക് വരാം. അതിനുശേഷം നമ്മൾ രണ്ടുപേരും ചേർന്ന് റാങ്കീലർ വക്കീലിനെ പോയിക്കാണാം. ഇന്നലത്തെ സംഭവത്തിനു ശേഷം നിനക്കെന്നിൽ വിശ്വാസം കുറഞ്ഞിട്ടുണ്ടെന്നറിയാം സാരമില്ല. വക്കീലിനെ കാണുന്നതോടെ അതെല്ലാം തീരും. കാരണം എല്ലാം വക്കീൽ നിനക്കു പറഞ്ഞു തരും. എത്രയും ആദരണീയനായ ഒരു വൃദ്ധവയോധികനാണദ്ദേഹം. നിന്റെ അച്ഛൻ അലക്സാണ്ടറിനെ നന്നായറിയുന്ന വ്യക്തി."

തീർച്ചയായും ഒട്ടും സംശയിക്കേണ്ടതില്ലാത്ത ഒരു നീക്കം തന്നെയാണിത്, സംശയിച്ചില്ല. അവസാനം എന്റെ വല്യച്ഛൻ ഞാൻ തെളിച്ച വഴിയിലൂടെ നടക്കാൻ ഒരുക്കമായിരുന്നു. ഇനി അഥവാ വല്ല ഗൂഢപദ്ധതിയും മനസ്സിലിരിപ്പുണ്ടെങ്കിൽ തന്നെ ക്വീൻസ്ഫെറിയിലെ ആ കൂട്ടത്തിനിടയിൽ എന്നെ എന്തുചെയ്യാൻ കഴിയും? പിന്നെ ഈ പണിക്കാരൻ പയ്യന്റെ കൂട്ടുമുണ്ട്. ചുരുങ്ങിയ സമയംകൊണ്ടുതന്നെ ഞങ്ങൾ അടുത്ത ചങ്ങാതിമാരായി മാറിക്കഴിഞ്ഞു.

ജനിച്ചനാൾ തൊട്ട് ഉൾനാട്ടിൽ വളർന്ന ഞാൻ ഒരിക്കലും അതിനു വെളിയിൽ പോയിട്ടില്ലാത്തതുകൊണ്ട് കടലും കപ്പലുമെല്ലാം എനിക്ക് തികച്ചും പുതുമയായിരുന്നു. അതുകൊണ്ട് സമുദ്രതീരത്തെ ഈ പട്ടണത്തിലേക്കുള്ള യാത്ര അതിനുള്ള ഒരു അസുലഭാവസരം കൂടിയായി ഞാൻ മനസ്സിൽ കണ്ടു. അതുകൊണ്ട് അതിരറ്റ ഉത്സാഹത്തോടെ വല്യച്ഛൻ പറഞ്ഞപടി കൂട്ടുകാരനെ അനുഗമിച്ചു.

ടൗണിലെത്തുംവരെ ആദ്യം പറഞ്ഞതിനു വിപരീതമായി വല്യച്ഛൻ ഞങ്ങളോടൊപ്പമാണ് നടന്നത്. എന്നാൽ പയ്യനല്ലാതെ എബനിസർ വല്യച്ഛൻ ഒരക്ഷരം എന്നോട് സംസാരിച്ചില്ല. ആ സാധനമാണെങ്കിലോ ഒരുനിമിഷനേരത്തേക്കു പോലും നാവടക്കിവെച്ചില്ല. റാൻസം എന്നാണ് പേരെന്ന് അതിനിടെ മനസ്സി

ലായി. ഒമ്പതു വയസ്സിൽ കപ്പൽ പണിക്ക് ചേർന്നതാണത്രെ. താൻ നടത്തിയ ചില ദുഷ്ടവൃത്തികളെക്കുറിച്ച് വീരകൃത്യങ്ങൾ എന്നമട്ടിൽ നിരന്തരം സംസാരിച്ചുകൊണ്ടിരുന്നു. പ്രായം തികയാറായ ഒരു പയ്യന്റെ മട്ട് അവന്റെ സംസാരത്തിൽ ഒരിക്കൽ പോലും കണ്ടില്ല. ചപലചിത്തനായ ഒരു സ്കൂൾ കുട്ടിയുടെ മട്ടിലുള്ള ആ നാക്കിട്ടടി പക്ഷേ, എനിക്കിഷ്ടപ്പെട്ടു.

സംസാരത്തിനിടയിൽ കപ്പിത്താൻ ഹൊസീസനെ വാനോളം പുകഴ്ത്തിക്കൊണ്ടിരുന്നു. എന്നാൽ അയാളൊരു മുഠാളനാണെന്നാണ് അവന്റെ വർത്തമാനങ്ങളിൽ നിന്ന് എനിക്കു മനസ്സിലായത്. തീരെ സത്യസന്ധനല്ലാത്ത ഒരു ദുഷ്ടൻ. എന്നാൽ ഈ ദുർഗ്ഗുണങ്ങളെ തന്നെയാണ് സദ്ഗുണങ്ങളായി പയ്യൻ വാനോളം പുകഴ്ത്തിക്കൊണ്ടിരുന്നത്. കപ്പിത്താന്മാർക്ക് ചേർന്നത് ഈ മാതിരി ഗുണവിശേഷങ്ങളാണെന്നാണ് റാൻസം കരുതുന്നത് എന്നുവന്നാൽ പിന്നെ എന്തുചെയ്യാൻ കഴിയും! അതുകൊണ്ട് ഞാൻ മറുത്തൊന്നും പറഞ്ഞില്ല. സ്വന്തം വീരകൃത്യത്തിനുള്ള തെളിവായി കാലുറ പൊക്കി വലിയൊരു മുറിവിന്റെ അടയാളം അഭിമാനപൂർവ്വം എന്റെ മുമ്പിൽ പ്രദർശിപ്പിക്കുകയും ചെയ്തു.

കപ്പൽ മേറ്റായ മി. ഷ്വാൻ വളർത്തിയ കുട്ടിയാണ് റാൻസമെന്ന് തുടർന്നു ഞാനറിഞ്ഞു. എന്റെ പ്രീതി പിടിച്ചു പറ്റാനായി റാൻസം ഇങ്ങനെ പലതും പറഞ്ഞെങ്കിലും അവന്റെ ദയനീയ സ്ഥിതിയെക്കുറിച്ച് എനിക്കൊരു ധാരണയൊക്കെ അതിനിടെ ഉണ്ടായി. കപ്പലിൽ പണിയെടുക്കുന്ന കുട്ടികളുടെ ദയനീയ സ്ഥിതിയോർത്ത് സത്യത്തിൽ എനിക്കു സങ്കടം വന്നു. എന്നാൽ നിഷ്കളങ്കനായ എന്റെ കൂട്ടുകാരന് ഇതിനെക്കുറിച്ചൊന്നും യാതൊരു ബോധവുമില്ലായിരുന്നു.

കവനെന്റ് എന്ന കപ്പലിലാണ് അവൻ ജോലി ചെയ്യുന്നത്. ക്യാപ്റ്റൻ ഹൊസീസന്റെ ചുമതലയിലാണത്. പക്ഷേ, എന്തുകൊണ്ടെന്നറിയില്ല, കടലിലൂടെ സഞ്ചരിക്കുന്നത് ഒരു നരകമാണെന്നാണ് എനിക്കു തോന്നിയത്.

അങ്ങനെ ഞങ്ങൾ ക്വീൻസ് ഫെറിടൗണിന്റെ ഏതാണ്ട് അടു

ത്തെത്തി, വല്യച്ഛൻ പിരിയാൻ പോവുകയാണെന്നായപ്പോൾ കവനെന്റിന്റെ ഉൾവശം കാണാനുള്ള ആഗ്രഹം ഞാൻ അദ്ദേഹത്തെ അറിയിച്ചു.

അതുകേട്ടതും ഏതോ സ്വപ്നത്തിൽനിന്ന് ഉണർന്നെഴുന്നേറ്റ മട്ടിൽ എന്റെ മുഖത്തേക്കു നോക്കി. “ങ്ഹേ, എന്താ പറഞ്ഞത്?” ഞാനെന്റെ ആവശ്യം ആവർത്തിച്ചു. സമ്മതമായി അദ്ദേഹം എന്തോ മന്ത്രിച്ചു.

ടൗണിലെ സത്രത്തിൽ വച്ച് വല്യച്ഛൻ ക്യാപ്റ്റനുമായി സംസാരിക്കാൻ പോവുകയാണ്. റാംസൺ എന്നെ അങ്ങോട്ടു നയിച്ചു. കോണിപ്പടി കയറി ഞങ്ങൾ ഒന്നാം നിലയിലെത്തി. ഇരുണ്ടു പൊക്കം കൂടിയ ഒരു മനുഷ്യനെ ഞങ്ങളവിടെ കണ്ടു. ക്യാപ്റ്റനാണെന്ന് ഒറ്റനോട്ടത്തിൽ മനസ്സിലായി. തിരക്കിട്ട് എന്തോ കുത്തിക്കുറിക്കുകയാണ്. വല്യച്ഛനെ കണ്ടതും ചിരിച്ചു കൊണ്ടു സ്വീകരിച്ചു. ജനാലകളെല്ലാം ഭദ്രമായടച്ച് നെരിപ്പോടുമൊക്കെയായി ആ മുറി വലിയ ഒരു ഉലയാണെന്ന തോന്നൽ എനിക്കുണ്ടായി. അത്രയ്ക്കും അസ്സഹനീയമായ ചൂടായിരുന്നു അതിനകത്ത്. എനിക്കതു തീരെ ഇഷ്ടപ്പെട്ടില്ല. തണുത്ത വായുവിനായി ഞാൻ ദാഹിച്ചു. പിന്നെ വിശദമായി കടലിനെ കാണാനുള്ള മോഹംകൂടിയായപ്പോൾ പറ്റിയ വല്ല ഇടവും മട്ടുപ്പാവിലുണ്ടോ എന്നു നോക്കി. മുറിക്കു പുറത്തു കടന്നു.

താഴെയിറങ്ങി നോക്കിയപ്പോൾ കവനെന്റു കപ്പൽ നങ്കൂരമിട്ടു നില്ക്കുന്ന കാഴ്ച! യാത്രയ്ക്കുള്ള ഒരുക്കങ്ങളുമായി ജോലിക്കാർ തിരക്കിലാണെന്നു മനസ്സിലായി. പരുക്കന്മാരാണ് എല്ലാവരുമെന്നു തോന്നി. ഹിംസ ഇഷ്ടപ്പെടുന്നവരാണെന്ന് ചലനം കണ്ടാലറിയാം. ഓ, ഈ ഇറാൻ സമിന്റെ കാര്യം കഷ്ടം തന്നെ. ഇമ്മാതിരി മുറാളന്മാർക്കിടയിൽ കഴിയാൻ അസാധാരണമായ കഴിവുതന്നെ വേണ്ടിവരും.

റാൻസമിനെക്കുറിച്ച് ഇങ്ങനെയോരോന്നു ചിന്തിച്ച് ഞാനവന് ഒരു പാത്രം വീഞ്ഞു വാങ്ങിക്കൊടുത്തു. സത്രത്തിലെ ബാറിലിരുന്ന് അതു കുടിച്ചു കൊണ്ടിരിക്കെ സത്രമുടമയെ ചെന്നു കണ്ടാലോ എന്ന ആശയം തോന്നി. ഇത്തരക്കാർക്ക്

ആളുകളെക്കുറിച്ച് കൃത്യമായി അഭിപ്രായം പറയാൻ കഴിഞ്ഞെന്നു വരും. വല്യച്ഛനാണെങ്കിൽ, തീർച്ചയായും അയാൾക്കു സുപരിചിതനായിരിക്കാനിടയുണ്ട്. ക്യാപ്റ്റനെ കാണാനായും മറ്റും കൂടെക്കൂടെ സത്രത്തിൽ വരുന്നുണ്ടാകും. പറ്റിയ അവസരം ഇതുതന്നെ എന്നു കരുതി റാൻസമിനെയും കൂട്ടി ഞാൻ സത്രമുടമയുടെ അടുത്തു ചെന്നു.

ഒരു പാത്രം വീഞ്ഞിനു പുറത്ത് ഞങ്ങൾ ചങ്ങാതികളായി. ആളൊരു സംസാരപ്രിയനായിരുന്നു. ഞാൻ ആരാണെന്നു വെളിപ്പെടുത്താതെ ആദ്യം റാങ്കീലർ വക്കീലിനെക്കുറിച്ചു തിരക്കി.

"മി റാങ്കീലർ. സത്യസന്ധനായ ഒരു നിയമജ്ഞനാണങ്ങോർ." അയാൾ പറഞ്ഞു. പിന്നെ എന്നോടൊന്ന് തർക്കിച്ചു നോക്കിയ ശേഷം "എബനിസറിനൊപ്പം വന്നതല്ലേ" എന്ന് ചോദിച്ചു. ഉവ്വെന്നു പറഞ്ഞപ്പോൾ ബന്ധുവാണോ എന്നന്വേഷിച്ചു. അല്ലെന്ന് ഞാൻ സന്ദർഭത്തിനൊത്ത് ഒരു കളവു പറഞ്ഞു. ബന്ധുക്കളാണെന്നറിഞ്ഞാൽ അയാൾ തുറന്നു സംസാരിക്കാൻ മടി കാണിച്ചാലോ?

"കണ്ടപ്പോൾ തന്നെ തോന്നി. പക്ഷേ, അലക്സാണ്ടറുമായി നല്ല സാദൃശ്യം തോന്നുന്നു."

ഒന്നുമറിയാത്ത മട്ടിൽ ആരാണ് അലക്സാണ്ടറെന്ന് ചോദിച്ചപ്പോൾ എബനീസറിന്റെ സഹോദരനാണെന്നും വിശദീകരിച്ചു.

"ഈ ഭാഗത്തെ ആളുകൾക്ക് എബനിസറിനോടു കടുത്ത വിരോധമാണെന്നു തോന്നുന്നു. എന്താ ശരിയാണോ?" നിഷ്കളങ്കഭാവത്തിൽ ഞാൻ ചോദിച്ചു.

"ശരിയാണ്. ആർക്കും അയാളെ ഇഷ്ടമല്ല. വല്ലാത്ത മനുഷ്യനാണ്. അയാളെ തൂക്കിലേറ്റിയാലും ആളുകൾ അതു കണ്ടു രസിക്കും, പക്ഷേ, പണ്ട് ഇങ്ങനെയൊന്നുമായിരുന്നില്ല കേട്ടോ. അലക്സാണ്ടറിനെക്കുറിച്ചുള്ള ചില ഊഹാപോഹങ്ങൾ പ്രചരിക്കാൻ തുടങ്ങിയതോടെയാണ് കള്ളിവെളിച്ചത്തായത്...."

"അലക്സാണ്ടറിനെക്കുറിച്ച് എന്തായിരുന്നു പ്രശ്നം?"

"എബനിസർ അയാളെ കൊന്നതാണെന്ന്...... എന്താ താൻ അതിനെക്കുറിച്ചൊന്നും കേട്ടിട്ടില്ലെന്നാണോ?"

"ഇല്ല. പക്ഷേ, അതെങ്ങനെ ശരിയാകും? സ്വന്തം സഹോദരനെ കൊല്ലുകയെന്നൊക്കെ പറഞ്ഞാൽ..... സ്വന്തം സഹോദരനെ അയാൾ എന്തിനാണ് കൊല്ലുന്നത്?"

"അയാളുടെ സ്ഥാനം കരസ്ഥമാക്കാൻ അല്ലാതെ പിന്നെന്തിന്?"

"സ്ഥാനം കരസ്ഥമാക്കാനോ, എന്തു സ്ഥാനം? ഷൊ സ്ഥാനമോ മറ്റോ ആണോ?"

"അതെ. ഷൊ സ്ഥാനം തന്നെ. എബനിസർ ശരിക്കും ഇളയ ഷൊ ആണ്. മൂത്തത് അലക്സാണ്ടറാണ്. എന്നാൽ താനാണ് മൂത്തതെന്നു പറഞ്ഞു പരത്തി ആളുകളെ പറ്റിച്ചു. സ്ഥാനം ഉറപ്പിക്കാൻ ജ്യേഷ്ഠനെ വകവരുത്തി."

ഇത്രയും പറഞ്ഞ് സത്രമുടമ സ്ഥലം വിട്ടെങ്കിലും എന്റെ ചിന്തകൾക്കു തീപിടിപ്പിച്ചാണ് അയാൾ പോയത്. ഏതാണ്ട് ഇതുപോലെ ചിലത് ഞാൻ നേരത്തെ ഊഹിച്ചതു തന്നെയായിരുന്നു. പറഞ്ഞില്ലേ, ലൈബ്രറിയിൽ കണ്ട ആ പുസ്തകത്തിലെ ഒരു വാചകത്തെക്കുറിച്ച്. പക്ഷേ, ഒരു കാര്യം ഊഹിക്കുന്നതും അത് ശരിയാണെന്ന് ഉറപ്പായി ബോദ്ധ്യപ്പെടുന്നതും രണ്ടും രണ്ടാണ്.

എങ്കിലും ഒരു ധനികന്റെ പുത്രനാണ് ഞാനെന്ന തിരിച്ചറിവ് എന്നെ അതിയായി സന്തോഷിപ്പിച്ചു. മി. എബനിസർ ഇപ്പോൾ അനുഭവിക്കുന്ന സൗഭാഗ്യങ്ങളെല്ലാം എനിക്കവകാശപ്പെട്ടതാണ്.

എട്രിക്ക് എന്ന ഏതോ കാട്ടുമുക്കിൽനിന്ന് രണ്ടു ദിവസം മുമ്പുമാത്രം ഇവിടെ എത്തിച്ചേർന്ന ഒരു പാവം പയ്യൻ ഒരു മഹാധനികനാണെന്ന സത്യം...... ആ വീടും അതിനു ചുറ്റുമുള്ള തോട്ടങ്ങളും ഭൂമിയുമെല്ലാം എന്റെ സ്വന്തം......

അങ്ങനെ ഓരോന്നു മനോരാജ്യം കണ്ടിരിക്കവെ ആ വഴി പോയ ക്യാപ്റ്റൻ ഹൊസീസൻ എന്റെ ശ്രദ്ധയാകർഷിച്ചു. ഉയരം കൂടിയ അന്തസ്സുറ്റ ആ മാന്യ രൂപം എന്നെ ശരിക്കും വശീകരിക്കുക തന്നെ ചെയ്തു. റാൻസം പറഞ്ഞു കേൾപ്പിച്ച കപ്പിത്താന്മാരുടെ പരുക്കൻ വ്യക്തിത്വങ്ങളുമായി അതിന് യാതൊരു ബന്ധവുമില്ലെന്ന് എനിക്കു തോന്നി. അങ്ങനെ അയാൾ എന്റെ എല്ലാ ആദരവും പിടിച്ചു പറ്റി.

അല്പനേരം കഴിഞ്ഞതും ക്യാപ്റ്റനോടൊപ്പം എബനിസർ വല്യച്ഛൻ എനിക്കരികിലേക്കു നടന്നു വന്നു. മുതിർന്ന ഒരാളോടെന്ന രീതിയിൽ തികച്ചും അന്തസ്സോടെ ക്യാപ്റ്റൻ എന്നോടു സംസാരിച്ചു. തീർച്ചയായും അതെനിക്കിഷ്ടപ്പെട്ടു. എന്റെ പ്രായത്തിലുള്ള ഒരു പയ്യന് ഇതിൽ പരം അംഗീകാരം എന്തു വേണം?

തുല്യരെന്ന മട്ടിൽ ഗൗരവത്തിൽ സംസാരിക്കുകയാണ് ഞങ്ങളിപ്പോൾ.

"നിങ്ങളെക്കുറിച്ച് മി. ബെൽഫോർ വലിയ വലിയ കാര്യങ്ങൾ തന്നെ പറഞ്ഞിരിക്കുകയാണ് സാർ. പിന്നെ എന്റെ സ്വന്തം അഭിപ്രായമനുസരിച്ചു പറയുകയാണെങ്കിൽ കാഴ്ചയിൽത്തന്നെ എനിക്ക് താങ്കളെ ഇഷ്ടപ്പെട്ടു. പരസ്പരം പരിചയപ്പെടാൻ കുറച്ചുകൂടി സമയം കിട്ടിയിരുന്നെങ്കിൽ എന്ന് ആഗ്രഹിച്ചു പോകുന്നു. പക്ഷേ, ഇപ്പോൾ നമ്മുടെ മുമ്പിൽ സമയം തീരെ കുറവാണ്. അതുകൊണ്ട് ആ തീരെ കുറഞ്ഞ സമയത്തെപ്പോലും യഥോചിതം ഉപയോഗപ്പെടുത്തേണ്ടതുണ്ട്. അതിന്റെ ഭാഗമായി താങ്കൾക്ക് കപ്പലിനുള്ളിൽ പ്രവേശിക്കാം."

അതുതന്നെയായിരുന്നു എന്റെ ഏറ്റവും വലിയ ആഗ്രഹവും. ആ വലിയ കപ്പലിന്റെ ഉൾവശം മുഴുവൻ നടന്നു കാണണം. അസുലഭമായൊരു അനുഭവമായിരിക്കുമെന്ന് ഞാൻ വിചാരിച്ചു. അതിലൂടെ എനിക്കു സംഭവിക്കാനിടയുള്ള അപകടത്തെക്കുറിച്ചൊന്നും അപ്പോൾ ആലോചിച്ചില്ല. എല്ലാറ്റിനും പുറമെ എല്ലാത്തരത്തിലും മാന്യനെന്നു കരുതാവുന്ന ഒരു കപ്പൽ ഉദ്യോഗസ്ഥനല്ലേ എന്നെ ക്ഷണിച്ചു കൊണ്ടുപോകുന്നത്? പക്ഷേ, ഒരു പ്രശ്നം എബനിസർ വല്യച്ഛനോടൊപ്പം അടിയന്തരമായി എനിക്ക് വക്കീലിനെ കാണാൻ പോകണമല്ലോ.

അക്കാര്യം തുറന്നു പറഞ്ഞപ്പോൾ അതിനും ക്യാപ്റ്റൻ വഴിയുണ്ടാക്കി. റാങ്കീലറുടെ വീടു നില്ക്കുന്ന സ്ഥലത്ത് കപ്പലിലെ ചെറു ബോട്ടിൽ കയറ്റി ഇറക്കിത്തരാമെന്ന് അദ്ദേഹം സമ്മതിച്ചു. പിന്നെ പെട്ടെന്ന് കീഴോട്ടാഞ്ഞ് വല്യച്ഛൻ കേൾക്കാതെ എന്റെ ചെവിയിൽ ഇങ്ങനെ മന്ത്രിച്ചു: "ആ കിഴവൻ കുറുക്കനു

ണ്ടല്ലോ, ഒരു ഭയങ്കര സാധനമാണ്. താൻ ശ്രദ്ധിച്ചോളണം. അകത്തു ചെന്നശേഷം നമുക്കു കൂടുതൽ അതേപ്പറ്റി സംസാരിക്കാം. വരൂ. തോണിയിൽ കയറാം.”

അനന്തരം കൈകൾ തമ്മിൽ ചേർത്ത് ഉത്തമ സുഹൃത്തുക്കളായി ഞങ്ങൾ ബോട്ടിനടുത്തേക്കു നടന്നു. “കരോലിനാസ് ദ്വീപിൽ നിന്ന് താങ്കൾക്ക് എന്താണ് കൊണ്ടുവരേണ്ടത്? ബെൽഫോറിനെപ്പോലുള്ള ഒരാളുടെ സ്വന്തക്കാരനു വേണ്ടി ഞാൻ എന്തു കൊണ്ടുവരാനും തയ്യാറാണ്; ആജ്ഞാപിക്കേണ്ടതാമസം..... മുന്തിയ ഇനം മൃഗത്തോലുകൾ, പുകയില, പൈപ്പ്, പൂച്ചയെപ്പോലെ കരയുന്ന ഒരു മോക്കിങ് പക്ഷിയാണെങ്കിൽ അങ്ങനെ. അല്ലെ, കാഡിനൽ പക്ഷിയെയാണ് വേണ്ടതെങ്കിൽ അതിനെയും കൊണ്ടുവരാം. ചൊകെചൊകെ ചുകന്ന ഒരു കാഡിനൽ പക്ഷി. മടിക്കാതെ പറഞ്ഞോളൂ.”

നടന്നു നടന്നു ഞങ്ങൾ യാത്രക്കാരെ കപ്പലിൽ എത്തിക്കാനുള്ള ചെറു ബോട്ടിനരികിലെത്തി. ജോലിക്കാർ എന്നെ കൈപിടിച്ച് അതിൽ കയറ്റി. അതേ രീതിയിൽ ക്യാപ്റ്റനും വല്യച്ഛനും കയറി. അടുത്ത നിമിഷം ആ വഞ്ചി കവനെന്റിനെ ലക്ഷ്യം വച്ച് നീങ്ങാൻ തുടങ്ങി. തുടർന്ന് അധികം താമസിയാതെ എന്റെ ആഗ്രഹം നടന്നു. കപ്പൽ അടുത്തു നിന്നു കണ്ടപ്പോൾ അതിന്റെ അപാരമായ വലിപ്പം കണ്ട് ഞാൻ അന്തിച്ചുപോയി. ഓ, എന്തു മാത്രം പൊക്കം! കപ്പൽ ഭേദിക്കപ്പെട്ട ഉല്ലാസഭരിതമായ ശബ്ദങ്ങൾ എനിക്ക് ഏറെ രസം പകർന്നു.

ഒരു പ്രത്യേക രീതിയിലാണ് ഞങ്ങൾ ബോട്ടിൽ നിന്നു കപ്പലിലേക്കു കയറിയത്. ക്യാപ്റ്റനോടൊപ്പം ആദ്യം ഞാൻ വായുവിലൂടെ ചുഴറ്റി വടം ഉപയോഗിച്ച് എന്നെ ഡക്കിലെത്തിക്കുകയായിരുന്നു. പിന്നാലെ ക്യാപ്റ്റനും കയറി. അകത്തെത്തിയതും ഇരുവരും വീണ്ടും കൈകോർത്തു നടപ്പായി.

എനിക്കെന്തോ ചൊരുക്കു വരുന്നതുപോലെ തോന്നി. എങ്കിലും ചുറ്റുപാടുകളുടെ വിചിത്രമായ സവിശേഷതകളിൽ ഞാനത് മറന്നു. ചുറ്റും കൂടി നിന്ന ജോലിക്കാരെ ക്യാപ്റ്റൻ

പേരു പറഞ്ഞ് പരിചയപ്പെടുത്തിക്കൊണ്ടിരുന്നു. ഏറ്റവും പ്രമുഖരായവരെ പ്രത്യേകമെടുത്തു പരിചയപ്പെടുത്താനും മറന്നില്ല.

പക്ഷേ, വല്യച്ഛനെ കാണുന്നില്ലല്ലൊ! ഞാനെന്റെയാ സംശയം ക്യാപ്റ്റനു മുമ്പിൽ ഉന്നയിച്ചു. അദ്ദേഹത്തെ കാണാനില്ലെന്ന കാര്യം പെട്ടെന്നാണ് എന്റെ ശ്രദ്ധയിൽ പെട്ടത്.

എന്റെ ചോദ്യം കേട്ടതും ക്യാപ്റ്റൻ ഗൗരവം കൊണ്ടു. "അതിൽ ഒരു കാര്യമുണ്ട്." അദ്ദേഹം പറഞ്ഞു.

വല്ലാത്ത ഒരു ശൂന്യതാ ബോധം ആ സമയം എനിക്കനുഭവപ്പെട്ടു. സർവ്വശക്തിയുമുപയോഗിച്ച് ഞാൻ ക്യാപ്റ്റന്റെ കൈവിടുവിച്ചു. ചുറ്റുവരിപ്പലകയിലേക്കു ഓടിച്ചെന്നപ്പോൾ കണ്ടത് കരയുടെ നേർക്കു തുഴഞ്ഞു നീങ്ങിയ വഞ്ചിയിൽ ഇരിക്കുന്ന വല്യച്ഛനെ! "കൊല്ലുന്നേ, രക്ഷിക്കണേ!" എന്ന് ആ നിമിഷം അറിയാതെ ഉറക്കെ ആക്രോശിച്ചു പോയി. അതുകേട്ടിട്ടാകാം വഞ്ചിയിലിരിക്കുന്ന വല്യച്ഛൻ തിരിഞ്ഞു നോക്കി. മുഖം നിറയെ ക്രൂരതയും ഭീകരതയുമായിരുന്നു. ആ നിമിഷം എനിക്കു കാണാൻ കഴിഞ്ഞ അവസാനത്തെ കാഴ്ചയായിരുന്നു അത്.

അടുത്ത നിമിഷം കരുത്തുറ്റ ഏതാനും കൈകൾ എന്റെ ദേഹത്തു പിടി മുറുക്കി. എന്നെയവർ അകത്തേക്ക് ബലമായി വലിച്ചു കൊണ്ടുപോയി. ഒരു ഇടി മിന്നൽ വന്ന് എന്റെ മേൽ വീണു. എന്റെ ബോധം നശിച്ചു.

കവനെന്റ്

ബോധം തെളിഞ്ഞപ്പോൾ ചുറ്റും ഇരുട്ടായിരുന്നു. ശരീരം മുഴുവൻ നല്ല വേദന. ശരീരം കയറുകൊണ്ടു വരിഞ്ഞുകെട്ടിയ നിലയിലാണ്. കേട്ടുശീലമില്ലാത്ത പലതരം ശബ്ദങ്ങൾ കാതടപ്പിക്കുന്ന മട്ടിൽ എന്നെ വന്നു പൊതിഞ്ഞു. തലകറക്കമുണ്ടാകുന്ന രീതിയിൽ ലോകം മേലോട്ടും കീഴോട്ടും ചലിച്ചുകൊണ്ടിരുന്നു. തിരമാലകളുടെ പേടിപ്പെടുത്തുന്ന അലർച്ച. തുഴകളുടെ ഇടിമുഴക്കം പോലുള്ള ശബ്ദം. കപ്പൽ ജോലിക്കാരുടെ പരുക്കൻ ശബ്ദങ്ങൾ....

കവനെന്റ് കപ്പലിന്റെ വയറ്റിൽ എന്റെ സ്ഥാനം എവിടെയാണെന്ന് ശരീരവേദനകൾക്കിടയിലും ഞാൻ തിരിച്ചറിഞ്ഞു. നിസ്സഹായതയുടെ കൊടുംകാട്ടിൽ ഒറ്റപ്പെട്ടിരിക്കുകയാണ് ഞാൻ. എല്ലാം എന്റെ വിഡ്ഢിത്തം. അല്ലെങ്കിൽ കശ്മലനായ ആ കപ്പിത്താനെ വിശ്വസിക്കുക? അയാൾ ഒരു ചീത്ത മനുഷ്യനാണെന്ന് റാംസൺ നൽകിയ വിവരങ്ങളിൽ നിന്നു തന്നെ മനസ്സിലാക്കിയതായിരുന്നു. എന്നിട്ടും അയാളുടെ പുറം പകിട്ടിലും വാക്ചാതുരിയിലും മയങ്ങിപ്പോയി.

മറ്റൊരു ഭാഗത്ത് സ്വന്തം വല്യച്ഛനെക്കുറിച്ചോർത്തപ്പോൾ വെറുപ്പും വിദ്വേഷവും തിരമാലകളായി ഇരമ്പിക്കയറി. അതിന്റെ ശക്തിയിലാകണം, വീണ്ടുമെന്റെ ബോധം നശിച്ചു.

പിന്നീടെപ്പൊഴോ അതു തിരിച്ചു കിട്ടിയപ്പോൾ ഒന്നിനും ഒരുമാറ്റവുമുണ്ടായില്ലെന്നു തിരിച്ചറിഞ്ഞു. കടലിന്റെ അലർച്ച. ജോലിക്കാരുടെ പലതരം ശബ്ദങ്ങൾ. എല്ലാം പഴയപോലെ തന്നെ. കപ്പലിന്റെ ഇളക്കം വല്ലാതെ കൂടിയിരിക്കുന്നു. ആ രീതിയിൽ ഇളകിയാടി അതു ഛിന്നഭിന്നമായിപ്പോകുമെന്നു പോലും തോന്നി.

കടൽച്ചൊരുക്കിനെക്കുറിച്ച് എനിക്കന്ന് അറിഞ്ഞു കൂടായിരുന്നു. സാഹസികങ്ങളുടേതായ ആ ഇളം പ്രായത്തിൽ ഞാനനുഭവിച്ച ഏറ്റവും വലിയ വൈഷമ്യം ഇതായിരുന്നു എന്ന് ഇപ്പോൾ തോന്നുന്നു. ശാരീരികമായും മാനസികമായും ഞാൻ അന്നനുഭവിച്ച വേദന..... കവനെന്റു കപ്പലിനെ ആ ആദ്യമണിക്കൂറുകളിൽ അതു ഞാൻ പരമാവധി അനുഭവിച്ചു.

സമയം എത്രയായിരിക്കും? ഇല്ല, ഒരു ധാരണയും കിട്ടുന്നില്ല. രാവും പകലും തമ്മിൽ ഒരു വ്യത്യാസവുമില്ലാത്ത അവസ്ഥ. എവിടെയെന്നും എന്തെന്നുമറിയാൻ അസാനമില്ലാത്ത കാത്തിരിപ്പ്. കപ്പൽ വല്ല പാറയിലു മടിച്ചു തകർന്നിരുന്നെങ്കിൽ എന്നു പോലും ആഗ്രഹിച്ചു പോയി. എങ്ങനെയെങ്കിലും വെളിച്ചം കണ്ടാൽ മതി എന്ന ആഗ്രഹം മാത്രം.... അതിനു വേണ്ടി എന്തും സഹിക്കാൻ ഞാൻ തയ്യാറായിരുന്നു.

ഏതായാലും ഉറക്കം അനുഗ്രഹമായി വന്ന് വാതിലിൽ മുട്ടിയതുഭാഗ്യം. എല്ലാ ദുഃഖങ്ങളും അതിൽ മുങ്ങിത്താഴും..... പിന്നീടെപ്പോഴോ മുഖത്തുവീണ ഒരു റാന്തൽ വെളിച്ചം ഉണർത്തി. വിളക്കുമായി നില്ക്കുന്ന ഒരു മനുഷ്യൻ. പച്ചനിറമുള്ള കണ്ണുകളും സ്വർണ്ണമുടിയും ഒക്കെയായി ഒരു ചെറിയ മനുഷ്യൻ. ഏതാണ്ടൊരു മുപ്പതു വയസ്സുണ്ടാകും. വെളിച്ചം മുഖത്തു വീഴ്ത്തിക്കൊണ്ട് അയാളെന്റെ ക്ഷേമമന്വേഷിച്ചു. ഉത്തരം ഒരു കരച്ചിലായിരുന്നു. വിളക്കു നിലത്തുവച്ച ശേഷം അയാൾ എന്റെ നാഡിമിടിപ്പു പരിശോധിച്ചു.

"വല്ലാത്ത ഒരിടിതന്നെയായിരുന്നു," സഹതാപപൂർവ്വം അയാൾ പറഞ്ഞു. "പക്ഷേ, കാര്യമാക്കാനൊന്നുമില്ല എന്റെ കുട്ടീ. ഇതോടെ ലോകം അവസാനിക്കാനൊന്നും പോകുന്നില്ല. അത്ര

ശരിയല്ലാത്ത ഒരു തുടക്കമെന്നു മാത്രം വിചാരിച്ചാൽ മതി. ഏതായാലും കൂടുതൽ നല്ല ഒരു തുടക്കം താമസിയാതെ ഉണ്ടാകുമെന്ന് ഉറപ്പിക്കാം. ആട്ടെ, ഭക്ഷണം വല്ലതും കിട്ടിയിരുന്നോ?"

"ഭക്ഷണമെന്നു വിവരിക്കുമ്പോൾ തന്നെ കുടൽ ഇളകി വരുന്നു," എന്ന് ഞാൻ പറഞ്ഞു. അതിനു മറുപടിയായി വായിൽ കുറച്ച് ബ്രാന്റി ഒഴിച്ചു തന്നു. പിന്നെ തനിച്ചാക്കിയ ശേഷം പുറത്തുപോയി. വീണ്ടും ഞാൻ എന്റേതായ ലോകത്തിൽ ഒറ്റയ്ക്കായി.

തലകറക്കവും ശരീരവേദനയും എന്നെ പൂർണ്ണമായും കീഴടക്കിയിരിക്കുകയാണെന്നു തോന്നി. തീ കൊണ്ടുള്ള വടംകൊണ്ടാണ് കൈകാലുകൾ കെട്ടിയിരിക്കുന്നതെന്ന് ഞാൻ ഭയന്നു. ഹോ, ഈ ഇരുട്ടു കുഴിയിൽ ഉയർന്നു പൊങ്ങുന്ന ദുർഗ്ഗന്ധം അസഹനീയം തന്നെ. എലികളും മറ്റു ക്ഷുദ്രജീവികളും മാറിമാറി ശരീരത്തിൽ പെരുമാറിക്കൊണ്ടിരുന്നു. വേദനയ്ക്കു പുറമെ മരവിക്കുന്ന പേടിയും.

അല്പസമയം കഴിഞ്ഞ് ആ മനുഷ്യൻ വീണ്ടും വന്നപ്പോൾ സന്തോഷം സഹിക്കാതെ ഞാൻ തുള്ളിച്ചാടി പോകുമായിരുന്നു. സ്വർഗ്ഗത്തിൽ നിന്ന് സൂര്യദേവൻ നേരിട്ടിറങ്ങി വന്ന മട്ടിൽ അയാൾ കാട്ടിയ വെളിച്ചം എന്റെ മുമ്പിൽ നിന്നു. മുറിയുടെ കെണിവാതിൽ തുറന്ന് അകത്തു കടന്ന രണ്ടുപേരിലൊരാൾ ക്യാപ്റ്റനായിരുന്നു. രണ്ടുപേരും സംസാരിക്കാൻ മിനക്കെട്ടില്ല. പച്ചക്കണ്ണൻ മുറിവുകളിൽ മരുന്നു വച്ചുകെട്ടി. ഹൊസീസന്റെ നോട്ടത്തിൽ ശത്രുതാഭാവം നിറഞ്ഞുനിന്നു.

"ഇപ്പോൾ നിങ്ങൾക്ക് എല്ലാം നേരിൽ കാണാമല്ലോ, നല്ല വണ്ണം നോക്കിയാട്ടെ" എന്നെ ചൂണ്ടി പച്ചക്കണ്ണൻ ക്യാപ്റ്റനോടു പറഞ്ഞു. "കടുത്ത പനിയുണ്ട്. ഭക്ഷണമാണെങ്കിൽ കഴിക്കുന്നില്ല. സൂര്യപ്രകാശം തീരെ കിട്ടുന്നില്ല. ഇങ്ങനെയൊരവസ്ഥയിൽ ഈ പയ്യനെ ചാകാൻ വിടുകയാണോ വേണ്ടത്? ഈ അവസ്ഥ തുടർന്നാൽ ഇനിയതിന് അധിക സമയം വേണ്ടിവരില്ല. എത്രയും വേഗം മുൻ മുറിയിലേക്കു മാറ്റിയാൽ നമുക്കു രണ്ടുപേർക്കും നല്ലത്."

“റിയാ, നിങ്ങൾ നിങ്ങളുടെ കാര്യം മാത്രം പറഞ്ഞാൽ മതി. എനിക്കു ഗുണമുണ്ടോ എന്ന് ഞാനാണ് തീരുമാനിക്കേണ്ടത്.” ക്യാപ്റ്റൻ മുരണ്ടു. “എനിക്കു പറയാനുള്ളത് ഞാൻ പറഞ്ഞു. ഈ ചെക്കൻ ഇനിയും ഇവിടെത്തന്നെ കിടക്കും. ഇപ്പോൾ നമ്മുടെ സാന്നിദ്ധ്യം ഡെക്കിലാണുണ്ടാകേണ്ടത്. വരുന്നുണ്ടെങ്കിൽ വാ” എന്നു പറഞ്ഞ് അയാൾ മുകളിലോട്ടു കോണിയിൽ കാൽ വച്ചു.

റിയാ അയാളെ തടഞ്ഞു. “ഈ കപ്പലിന്റെ സെക്കന്റ് ഓഫീസറെന്ന നിലയിൽ ശമ്പളം പറ്റുന്ന ഒരു ഉദ്യോഗസ്ഥനാണ് ഞാൻ. അതിനപ്പുറമൊന്നും ഞാൻ നോക്കേണ്ട കാര്യമില്ല. കൊലയ്ക്കുള്ള ശമ്പളം കൂടി നിങ്ങൾ കൈപ്പറ്റിയിട്ടുണ്ടെങ്കിൽ അത് നിങ്ങളുടെ കാര്യം.” റിയാ പൊട്ടിത്തെറിച്ചു.

“ഓഹോ, അങ്ങനെയാണൊ? ഇങ്ങനെയൊക്കെയുള്ള വർത്തമാനങ്ങളാണോ ഇപ്പോൾ പറയുന്നത്?” ക്യാപ്റ്റനും വിട്ടുകൊടുത്തില്ല.

“ഇങ്ങനെയൊക്കെയുള്ള വർത്തമാനങ്ങൾ മാത്രമേ നിങ്ങൾക്ക് മനസ്സിലാവൂ എന്നാണെങ്കിൽ പിന്നെ പറയാതിരിക്കാൻ കഴിയുമോ?”

“മി. റിയാ മൂന്നു യാത്രകളിൽ ഞാൻ നിങ്ങളുമായി സഹകരിച്ചു. ഞാനൊരു പരുക്കനാണെന്ന് ഇതിനകം നിങ്ങൾക്ക് ബോദ്ധ്യപ്പെട്ടതാണല്ലോ. പക്ഷേ, നിങ്ങൾ ഇപ്പോൾ പറഞ്ഞതു ശരിയാണെങ്കിൽ....”

“പയ്യൻ മരിച്ചു പോകാനിടയുണ്ടെന്നു മാത്രമേ ഞാൻ പറഞ്ഞുള്ളൂ.”

“എങ്കിൽ പണ്ടാരമടങ്ങാൻ നിങ്ങൾക്ക് ഇഷ്ടമുള്ള സ്ഥലത്തേക്ക് മാറ്റ്.” എന്നുപറഞ്ഞ് പല്ലുഞെരിച്ചുകൊണ്ട് അയാൾ കോണിപ്പടി കയറി. അതുനോക്കി പരിഹസിക്കുന്ന മട്ടിൽ റിയാ ഒന്നു കുനിഞ്ഞു വണങ്ങി.

അഞ്ചുമിനിറ്റിനകം എന്നെ വരിഞ്ഞു കെട്ടിയ കയറുകളെല്ലാം അയഞ്ഞു. എന്നെ താങ്ങിയെടുത്ത് ചുമലിൽ വെച്ച് റിയാ കപ്പലിന്റെ മുൻഭാഗത്തുള്ള മുറിയിലേക്കു നടന്നു. അവിടെ ഭിത്തി

യോടു ചേർന്നു ഒരു കിടക്കയിൽ കിടത്തിയതും ഞാൻ ഉറങ്ങി പ്പോയി.

കപ്പലിന്റെ മുന്നിലുള്ള വിശാലമായ ആ മുറി എനിക്ക് മറ്റൊരു ലോകമായിരുന്നു. എപ്പോഴും വെളിച്ചം. മറ്റു ജോലിക്കാരുടെ സാന്നിദ്ധ്യം. ധാരാളം സ്ഥലം. നിറയെ ശുദ്ധവായു. ഇരിക്കാനും കിടക്കാനും ഇഷ്ടംപോലെ സൗകര്യം. ജോലി കഴിഞ്ഞെത്തുന്നവർ ഇവിടെ വിശ്രമിക്കുന്നു. ഇഷ്ടാനുസരണം ഇരിക്കുകയോ കിടക്കുകയോ ചെയ്യുന്നു.

ഏറെ ദിനങ്ങൾ ഞാനീ മുറിയിൽ കഴിഞ്ഞു. അതിനിടെ എന്റെ അസുഖം മാറി. എനിക്ക് ധാരാളം സുഹൃത്തുക്കളുണ്ടായി. ഒരുമാതിരിയൊക്കെയായിരുന്നു പലരുടെയും പെരുമാറ്റമെങ്കിലും അവരുടെ സമ്പർക്കം ഞാനിഷ്ടപ്പെട്ടു. കടലിലായതുകൊണ്ടാകാം പൊതുവെ പരുക്കന്മാരാണ് ഏതാണ്ടെല്ലാവരും. കടുത്ത അനുഭവങ്ങൾ അവരെ ആ രീതിയിൽ പരുവപ്പെടുത്തിയെടുത്തതാവാം. പലരും കടൽക്കൊള്ളക്കാരുടെ കൂടെ കഴിഞ്ഞിട്ടുണ്ട്. സാധാരണ മനുഷ്യർ പറയാൻ മടിക്കുന്ന പലതും ഇവർ ജീവിതത്തിൽ ചെയ്തിട്ടുണ്ട്. നിസ്സാര കാര്യങ്ങൾക്കുപോലും തമ്മിലടിക്കും. അക്രമം കാട്ടും. ഏറ്റവുമടുത്ത സുഹൃത്തുക്കളായാൽ പോലും അതിലൊന്നും വിട്ടുവീഴ്ചയില്ല.

എന്നാൽ കൂടുതൽ പരിചയപ്പെട്ടപ്പോൾ എന്റെയീ അഭിപ്രായത്തിൽ മാറ്റമുണ്ടായി. തീർത്തും ചീത്തയായി ആരുമില്ലെന്ന് ഞാൻ മനസ്സിലാക്കി. എല്ലാവർക്കും അവരുടേതായ നന്മകളുള്ളതായി ഞാൻ കണ്ടെത്തി. തങ്ങളുടേതായ വികാരങ്ങൾ ഓരോരുത്തരും പ്രകടിപ്പിക്കുന്നു. ക്രൂരന്മാരും പരുക്കന്മാരുമൊക്കെയാണെന്നുള്ള ആദ്യ വിലയിരുത്തലുകൾ തെറ്റാണെന്ന് അതോടെ ബോദ്ധ്യപ്പെട്ടു. ഉചിതമായ സന്ദർഭങ്ങളിലും സാഹചര്യങ്ങളിലും ഇവരുടെ ദയയും കാരുണ്യവും മറ്റു സദ്ഗുണങ്ങളും പുറത്തുവരുമെന്ന് അനുഭവങ്ങളിലൂടെ ഞാനറിഞ്ഞു.

പൊതുവായി പറഞ്ഞാൽ ഈ മനുഷ്യരെല്ലാം കാപട്യമില്ലാത്തവരാണ്. നേരേ വാ നേരെ പോ രീതിക്കാരാണ്. സത്യസന്ധത ഇവരിലെല്ലാമുണ്ട്. ജീവിതത്തിലെ പ്രതികൂല സാഹചര്യ

ങ്ങളിലൂടെ കടന്നുപോയി പുറം കഠോരമായെന്നു മാത്രം. ചില രുണ്ടല്ലോ, മണിക്കൂറുകളോളം ഇടതടവില്ലാതെ സംസാരിച്ചിരിക്കും. കുടുംബത്തെക്കുറിച്ചു പറയും. കുട്ടിക്കാലത്തെ അനുഭവങ്ങൾ പങ്കുവെക്കും. എന്റെ കൈയിൽ നിന്ന് പിടിച്ച് പറിച്ച് ഭാഗിച്ചെടുത്ത പണം മുഴുവൻ പിന്നീടവർ എനിക്കു തിരിച്ചു തന്നു. അതെന്നെ ഏറെ സന്തോഷിപ്പിച്ചു. കാശില്ലാതെ പിന്നീട് ദുരിതം അനുഭവിക്കുമെന്ന് അറിയാമായിരുന്നതുകൊണ്ട് അതിനെച്ചൊല്ലി ഏറെ വേവലാതിയുണ്ടായിരുന്നതു മാറിക്കിട്ടി.

കപ്പൽ കരോലിനാസിനെ ലക്ഷ്യംവച്ചാണ് സഞ്ചരിക്കുന്നതെന്ന് ഇതിനകം ഞാൻ മനസ്സിലാക്കിക്കഴിഞ്ഞിരുന്നു. എന്നാൽ വെറുമൊരു യാത്രാ കപ്പൽ മാത്രമായിരുന്നില്ല അത്. വെള്ളക്കാരെപ്പോലും അടിമകളാക്കി പിടിച്ചുവില്ക്കുന്ന കാലം. കരോലിനാസിലെ പുകയിലപ്പാടങ്ങളിൽ ഇത്തരക്കാരെ എത്തിച്ചാൽ ധാരാളം കാശു കിട്ടും. അതിനുള്ള ഒരു ഇരയായിരുന്നു ഞാനും.

എബിനസർ അങ്കിൾ തന്നെ ഒരു അടിമയായി വിറ്റിരിക്കുകയാണെന്ന് ഞെട്ടലോടെ ഞാൻ തിരിച്ചറിഞ്ഞു. ഒരിക്കലും തിരിച്ചെത്താനാകാത്ത വിധം ഞാൻ ആ ദ്വീപിൽ കിടന്നാൽ അയാളുടെ ഉദ്ദേശലക്ഷ്യങ്ങളെല്ലാം വിജയിക്കും. എല്ലാം അയാളുടെ ഇംഗിതമനുസരിച്ച് നടക്കും. പണം നല്കി എനിക്കു ചിലപ്പോഴെന്റെ സാതന്ത്ര്യം വീണ്ടെടുക്കാൻ കഴിയുമായിരിക്കും. പണമുണ്ടെങ്കിൽ മിക്കവാറും. ഈ കപ്പലിൽ വച്ചു തന്നെയത് സാധിച്ചെടുക്കാൻ കഴിഞ്ഞെന്നു വരും. നടുവിലെ അറയിൽ കഴിഞ്ഞു കൂടുന്ന കേബിൻ ബോയ് റാൻസം ഇക്കാര്യത്തെക്കുറിച്ച് പലപ്പോഴുമെന്നോടു പറഞ്ഞിട്ടുണ്ട്. എന്നോട് എന്തൊരു സ്നേഹമായിരുന്നുവെന്നോ അയാൾക്ക്. നിസ്സാരമായ അസുഖം കണ്ടാൽ പോലും ശുശ്രൂഷിക്കും.

അവന്റെ ശരീരത്തിലാണെങ്കിലോ മുറിവുകളും പരിക്കുകളും വേണ്ടത്ര ഉണ്ടായിരിക്കും ഏതു സമയം നോക്കിയാലും. കപ്പൽ മേറ്റായ ഷാൻ ആണ് അവന്റെ മേലാളൻ. തൊട്ടതിനും പിടിച്ചതിനും ക്രൂരമായി മർദ്ദിക്കും. ഇതൊന്നും പക്ഷേ, എന്നോടു പറ

യാറില്ല. മറ്റുള്ളവരിൽനിന്ന് ഞാൻ മനസ്സിലാക്കിയതാണ്. പുറമെ അവനെപ്പോഴും ഉല്ലാസവാനായിരിക്കും.

അങ്ങനെയിരിക്കെ ഒരു ദിവസം ഏതാണ്ട് അർദ്ധരാത്രിയായപ്പോൾ ജോലിക്കാരിലൊരാൾ കോണിയിറങ്ങി ഞങ്ങളുടെ മുറിയിൽ വന്ന് "ഷാൻ അവന്റെ കഥ കഴിച്ചു" എന്നു മാത്രം മന്ത്രിക്കുംപോലെ പറഞ്ഞു. മുറിയിലുണ്ടായിരുന്നവരെല്ലാം ആ വർത്തമാനം രഹസ്യമായി കൈമാറി. ആരെയാണ് ആ മനുഷ്യൻ 'അവൻ' എന്നു വിശേഷിപ്പിച്ചത്? ചോദിക്കേണ്ട കാര്യമില്ല എല്ലാവർക്കും അതറിയാം...

ആ സമയം ക്യാപ്റ്റൻ റാന്തലുമായി വന്ന് ഓരോ കിടക്കയിലേക്കും വെളിച്ചം പായിച്ച് സൂക്ഷ്മ പരിശോധന നടത്തുന്നതു കണ്ടു. പിന്നീട് എനിക്കരികെ വന്ന് പതിവില്ലാത്ത സ്നേഹവായ്പോടെ "ഇന്നു മുതൽ നീ റാൻസമിന്റെ സ്ഥാനത്തു കിടക്കും. വേഗം വന്നോളൂ." എന്നു പറഞ്ഞ് തിരിച്ചുപോയി.

റാൻസമിനെയും കൈകളിലേന്തി രണ്ടു ജോലിക്കാർ ആ സമയം കടന്നു വന്നു. കപ്പൽ ഇളകിയപ്പോൾ വെളിച്ചം ആ കുട്ടിയുടെ മുഖത്തു പതിഞ്ഞു. അത് മരണംപോലെ വിളറി വെളുത്തു കിടന്നു. ഭീതിദമായൊരു പുഞ്ചിരി അതിന്റെ ചുണ്ടുകളിലുണ്ടായിരുന്നു. ചോര മുഴുവൻ തണുത്തു കട്ടിയാകുന്നതായി എനിക്കു തോന്നി ആ കാഴ്ച കണ്ടപ്പോൾ.

"നിന്നോടല്ലേ പറഞ്ഞത്, വേഗം വരാൻ!" ക്യാപ്റ്റന്റെ ശബ്ദം വീണ്ടും കേട്ടതും കോണി ഓടിക്കയറി ഡക്കിലെത്തി. ആ സമയം തന്നെ കപ്പൽ ശക്തിയായൊന്ന് ഇളകി. ഞാൻ ഏതാണ്ട് കടലിലേക്കു തെറിച്ചു വീഴുമെന്നനിലയിലായി. നല്ലവരായ ചില ജോലിക്കാർ എന്നെ രക്ഷിച്ചു.

റൗണ്ട് ഹൗസ് എന്നു പറയുന്ന ഭാഗം കപ്പലിന്റെ മുകൾത്തട്ടിനും ഏതാണ്ട് ആറടി മുകളിൽ സ്ഥിതി ചെയ്യുന്ന ഭാഗമാണ്. സ്ഥിരമായി ഉറപ്പിച്ചു നിർത്തിയ ഒരു മേശ, ഒരു ബെഞ്ച്, ചുവരിനോടു ചേർന്നു രണ്ടു കിടപ്പിടങ്ങൾ ഇത്രയും സൗകര്യം അതിനകത്തുണ്ട്. ഇതിലൊന്ന് ക്യാപ്റ്റനും മറ്റേത് മേറ്റിനുമുള്ളത്.

കപ്പലിനെ സംഭരണയറകളുമായി ചേരത്തക്കവിധം ഇവയ്ക്ക് ലോക്കർ സൗകര്യവുമുണ്ട്. പിന്നെ ക്യാബിനടിയിലായി മറ്റൊരു സ്റ്റോർ റൂം കൂടിയുണ്ട്. നിലത്തുള്ള മറ്റൊരു ദ്വാരം വഴി മാത്രമേ ഇതുമായി ബന്ധപ്പെടാനാവുകയുള്ളൂ. ഏറ്റവും നല്ല തരം മാംസങ്ങൾ, മദ്യങ്ങൾ, തോക്കുകൾ, വെടിമരുന്ന് ഇവയെല്ലാം ഇതിനകത്തു സൂക്ഷിക്കുന്നു.

ഞാനകത്തു കടന്നപ്പോൾ അതിനകത്ത് വെളിച്ചമുണ്ട്. ടിന്നു കൊണ്ടുള്ള ഒരു മഗ്ഗും കുപ്പിയിൽ ബ്രാന്റിയുമായി മേശയ്ക്കരികിൽ മേറ്റ് ഷാൻ ഉണ്ടായിരുന്നു. കറുത്തിരുണ്ട് കരുത്തനായ ചെറുപ്പക്കാരൻ. ആൾ എന്നെ കണ്ടില്ല. ക്യാപ്റ്റൻ പിന്നീടാണ് വന്നത്. വന്നതും ദേഷ്യഭാവത്തിൽ ഷാനെ നോക്കി. തുടർന്ന് റിയായുമെത്തി. പയ്യന്റെ ജീവൻ പോയി എന്ന മട്ടിലയാൾ ക്യാപ്റ്റനെ നോക്കി.

ഷാനാകട്ടെ മേശപ്പുറത്തേക്കു തന്നെ തുറിച്ചു നോക്കുകയാണ്. കൈനീട്ടി ബ്രാന്റിക്കുപ്പിയെടുക്കാൻ ശ്രമം നടത്തിയത് റിയാ വിഫലമാക്കിയെന്നു മാത്രമല്ല ആ നിറകുപ്പി തട്ടിയെടുത്ത് അയാളത് കടലിലേക്കു വലിച്ചെറിഞ്ഞു. ഷാൻ ചാടിയെണീറ്റ് അയാളുടെ നേരെ തിരിഞ്ഞു. ക്യാപ്റ്റൻ തക്ക സമയത്ത് ഇടപെട്ടതുകൊണ്ട് ഒരു കൊലപാതകം കൂടി ഒഴിവായി കിട്ടി. ഇരുവർക്കുമിടയിൽ നിലയുറപ്പിച്ച് ക്യാപ്റ്റൻ ഷാനെ ഇരിക്കാൻ നിർബ്ബന്ധിച്ചു. “കുടിച്ചു വെളിവില്ലാത്ത പന്നി. എന്താണു ചെയ്തതെന്നതിനെക്കുറിച്ച് നിനക്ക് വല്ല ബോദ്ധ്യവുമുണ്ടോ.” എന്ന് അയാളെ നോക്കി അലറി.

“മഗ് എടുത്തുകൊണ്ടുവരാൻ പറഞ്ഞിട്ട് വൃത്തികെട്ട ഒരെണ്ണം കൊണ്ടുവന്നു ആ കഴുത...” എന്നു മന്ത്രിച്ചുകൊണ്ട് ഷാൻ സ്വന്തം ഇരിപ്പിടത്തിലിരുന്നു.

ഭീതിദമായ നോട്ടങ്ങൾ മൂന്നുപേരും കൈമാറി. അനന്തരം ക്യാപ്റ്റൻ എണീറ്റുചെന്ന് ഷാനിന്റെ തോളിൽ കൈവെച്ച് എണീപ്പിച്ച് മറ്റൊരു സ്ഥലത്തു കൊണ്ടുപോയിനിർത്തി. ശബ്ദം കുറച്ച് വാശിക്കാരനായ ഒരു സ്കൂൾ കുട്ടിയെപ്പോലെ, ചെന്ന് കിടന്നുറങ്ങാൻ പറഞ്ഞു. മറുത്തൊന്നും പറയാതെ അയാൾ അത് അനുസരിച്ചു.

പിന്നീട് ക്യാപ്റ്റൻ റിയയുടെ നേരെ തിരിഞ്ഞു അയാളെ ഉപദേശിക്കാൻ തുടങ്ങി. സംഗതി പരസ്യമാക്കരുതെന്ന് അയാൾ പറഞ്ഞു. നാട്ടിൽ തിരിച്ചെത്തി അവിടെ ആരെയും ഇത് അറിയിക്കരുത്. അബദ്ധത്തിൽ കാലുതെറ്റി കടലിൽ വീണു. സത്യത്തിൽ അതാണു സംഭവിച്ചത്. പിന്നെ നീയാ മദ്യക്കുപ്പി കടലിലെറിഞ്ഞത് തീരെ ശരിയായില്ല കേട്ടോ. ഒന്നാന്തരം സാധനമായിരുന്നു. അനന്തരം ഒരു താക്കോൽ എന്റെ നേർക്കെ റിഞ്ഞു തന്ന് സ്റ്റോർ റൂമിൽ ചെന്ന് മറ്റൊന്ന് എടുത്തു കൊണ്ടുവരാൻ പറഞ്ഞു.

തുടർന്ന് രണ്ടുപേരും മേശയ്ക്കടുത്തിരുന്ന് സംസാരിക്കാൻ തുടങ്ങി.

കപ്പലിലെ ജോലിക്കാരനെന്ന നിലയിലുള്ള എന്റെ ആദ്യ ദിവസം അങ്ങനെ അവസാനിച്ചു. അവസരോചിതമായി ഞാൻ അതിനോടു പൊരുത്തപ്പെട്ടു. ഭക്ഷണസമയത്ത് ആവശ്യംപോലെ മദ്യമെത്തിക്കണം. മേശകളിൽനിന്നും മേശകളിലേക്കും അവിടെനിന്ന് സ്റ്റോർ റൂമിലേക്ക് തിരിച്ചും ഓടണം... റൗണ്ട്ഹൗസിലെ ഈ മൂന്ന് ഉദ്യോഗസ്ഥരെയും രാപ്പകൽ സേവിക്കണം. തിരക്കാണെപ്പോഴും. എങ്കിലും പണി ബുദ്ധിമുട്ടുള്ളതായിരുന്നില്ല. ക്യാപ്റ്റനും റിയയും ഒരുവിധം നന്നായി പെരുമാറി. റിയയായിരുന്നു പ്രശ്നം. അയാൾ എന്നോട് അടുക്കാൻ മടിച്ചു. ഏതോ രീതിയിൽ എന്നെ അയാൾ പേടിക്കുന്നുണ്ടെന്നു തോന്നി. ആഹാരം വിളമ്പുമ്പോൾ ചിലപ്പോൾ പെട്ടെന്നു അകലേക്ക് നീങ്ങിയിരിക്കും. ഒരിക്കൽ ഒറ്റയ്ക്കായിരിക്കെ എന്റെ അരികിൽ വന്ന് മുമ്പ് ഇവിടെയുണ്ടായിരുന്ന അതേ പയ്യനല്ലെ നീ എന്ന് എന്റെ കാതിൽ മന്ത്രിച്ചു.

എന്തു വിചിത്രമായ പെരുമാറ്റം! സത്യത്തിൽ എനിക്കു സങ്കടം തോന്നി.

ഇതൊക്കെയാണെങ്കിലും പ്രത്യേകിച്ച് വിഷമമൊന്നുമില്ലാത്ത ജീവിതമായിരുന്നു അത്. റാൻസണിന്റെ നിഴൽ എല്ലാവരേയും വേട്ടയാടിക്കൊണ്ടിരുന്നു എന്നകാര്യം സത്യമായിരുന്നെങ്കിലും എന്റെ ദുഃഖം തികച്ചും വ്യത്യസ്തമായ രീതിയിലുള്ള മറ്റൊന്നായിരുന്നു. കരോലിനാസിൽ നീഗ്രോകളോടൊപ്പം കഷ്ടപ്പെടേണ്ടി

വരുമോ എന്ന പേടി. ഈ നില തുടർന്നാൽ ദ്വീപിലെത്തും മുമ്പ് രക്ഷപ്പെടാൻ കഴിയുമെന്നു തോന്നുന്നില്ല. ഓരോ ദിവസം കഴിയുന്തോറും പ്രതീക്ഷകൾ മങ്ങി വന്നു.

എങ്കിലും ജോലിയിൽ ഞാൻ ആനന്ദം കണ്ടു. കുറഞ്ഞപക്ഷം, എന്നെ കാത്തു നില്ക്കുന്ന ദുർവ്വിധിയെക്കുറിച്ചുള്ള ചിന്തകൾ മാറ്റിവെക്കാനെങ്കിലും അതു സഹായിച്ചു.

അലൻ

ഒരാഴ്ച കഴിഞ്ഞു. അതിനിടെ കവനന്റിന് മോശമായ കാലാവസ്ഥയിലൂടെ കടന്നുപോകേണ്ടി വന്നു. പത്തു ദിവസം പൂർത്തിയായിരിക്കെ കൊടും പുകമഞ്ഞു വന്നു കപ്പലിനെ പൊതിഞ്ഞു. കപ്പലിന്റെ ഒരറ്റം നോക്കിയാൽ മറ്റേ അറ്റം പോലും കാണാൻ പറ്റാത്ത അവസ്ഥ. ഉദ്യോസ്ഥരും ജോലിക്കാരും രാപ്പകൽ ഭേദമില്ലാതെ കപ്പലിന്റെ അരികുകളിൽ തന്നെ നിലയുറപ്പിച്ചു. തിരമാലകൾ പാറക്കൂട്ടങ്ങളിൽച്ചെന്നടിക്കുന്ന ശബ്ദത്തിനുവേണ്ടി എല്ലാവരും കാതോർത്തു. ഈ പാറക്കൂട്ടങ്ങളിൽ തട്ടാതെ കപ്പൽ മുന്നോട്ടെടുക്കേണ്ടതുണ്ട്. പാറക്കൂട്ടങ്ങളിൽ തട്ടി കപ്പലെങ്ങാനും തകർന്നാൽ.......... ഓ,....... മൂടൽമഞ്ഞുണ്ടായാൽ ക്യാപ്റ്റനും മേറ്റും ഏറെ ശ്രദ്ധിക്കേണ്ടത് ഈ രീതിയിൽ കപ്പൽച്ചേതം സംഭവിക്കാതിരിക്കാനാണ്.

ക്യാപ്റ്റനും റിയയ്ക്കും ഭക്ഷണം വിളമ്പുകയാണ് ഞാൻ. സമയം രാത്രി ഒരു പത്തു മണിയായിട്ടുണ്ടാവും. ആ സമയം തന്നെ ഒരു കൂട്ടിയടിയൊച്ച കേട്ടു. കപ്പൽ എന്തിലോ ചെന്നു കൊണ്ടതാണ്. ഇരുവരും ചാടിയെണീറ്റ് ഓടി ഡക്കിൽ കയറി. കപ്പൽ ഒരു ചെറുബോട്ടിൽ ചെന്നു തട്ടിയതാണ്. ബോട്ട് അപ്പാടെ മുങ്ങി. ഒരാൾ ഒഴികെ ബാക്കിയെല്ലാവരും മുങ്ങിമരിച്ചു. രക്ഷപ്പെട്ട ഒരാളെ കപ്പലിലേക്കു പിടിച്ചു കയറ്റി.

ഇയാൾ ആളൊരു കേമനായിരുന്നു. നിസ്സഹായമായ അവസ്ഥയിലും വീരോചിതമായി രക്ഷപ്പെടുകയായിരുന്നു. നല്ല കരുത്തനായ ഒരാൾ. വീണതും വെള്ളം കുടിച്ചതും ക്ഷീണിച്ചതുമൊന്നും അയാളെ അശ്ശേഷം ബാധിച്ചിട്ടില്ലെന്നു തോന്നി. ബോട്ടു കൂട്ടിയിടിച്ചപ്പോൾ വായുവിലേക്കു തെറിച്ചു വീണ ഇയാൾ ഒരഭ്യാസിയെപ്പോലെ വിദഗ്ദ്ധമായി കപ്പലിന്റെ ഒരു ഭാഗത്തു കേറിപ്പറ്റുകയായിരുന്നു.

രക്ഷപ്പെടുത്തി റൗണ്ട് ഹൗസിലെത്തിച്ചപ്പോൾ ഒരു പതർച്ചയും കണ്ടില്ല. കിളിരം കുറവെങ്കിലും ഉറച്ച ശരീരം. ഒരു കോലാടിന്റെ ചൊടിയും ചുറുചുറുക്കും. മുഖം നിറയെ സത്യസന്ധത. വേണ്ടത്ര പ്രസന്നത. കണ്ണുകളിൽ ഒരു ഭ്രാന്തൻ ഭാവം തത്തിക്കളിക്കുന്നു. ആകർഷകവും അതേസമയം പേടിപ്പെടുത്തുന്നതുമായിരുന്നു അത്.

റൗണ്ട് ഹൗസിൽ എത്തിയതും കോട്ടിന്റെ കീശയിൽ നിന്ന് വെള്ളികൊണ്ടുള്ള രണ്ടു പിസ്റ്റളുകളെടുത്തു മേശപ്പുറത്തു വച്ചു. അരയിൽ വലിയൊരു കൃപാണം തിരുകി വച്ചതും കാണാമായിരുന്നു. രക്ഷപ്പെടുത്തിയതിന് ക്യാപ്റ്റനോടു നന്ദി പറഞ്ഞതൊക്കെ വല്ലാത്ത ഒരു പ്രത്യേക തരം രാജകീയതയോടെയായിരുന്നു.

ഈ സമയമെല്ലാം ക്യാപ്റ്റൻ ആ മനുഷ്യനെ ശ്രദ്ധയോടെ നോക്കിപ്പഠിക്കുകയാണ്. അയാളുടെ വ്യക്തിത്വമല്ല ആർഭാടത്തോടെയുള്ള വേഷസംവിധാനങ്ങളാണ് ക്യാപ്റ്റനെ കൂടുതൽ ആകർഷിച്ചതെന്നു വ്യക്തം.

"ബോട്ട് മുങ്ങിപ്പോയതിന്റെ വിഷമമുണ്ട്." മുഖത്ത് ദുഃഖഭാവവും നിറച്ച് അയാൾ പറഞ്ഞു.

"പക്ഷേ, വെള്ളത്തിൽ മുക്കിക്കൊന്ന എന്റെ കൂട്ടുകാരെക്കുറിച്ചാണ് എനിക്കു കൂടുതൽ ദുഃഖം. എത്ര ബോട്ടുകൾ കിട്ടിയാലും അവരുടെ ജീവനു തുല്യമാകില്ല."

"എല്ലാവരും നിങ്ങളുടെ സുഹൃത്തുക്കളായിരുന്നോ? ഫ്രഞ്ചുകാർ?" ക്യാപ്റ്റന്റെ വാക്കുകളിൽ ദുഃഖസൂചനയുണ്ടായിരുന്നു.

"ആഹാ! കാറ്റടിക്കുന്നത് അങ്ങനെയാണോ?"

പിസ്റ്റളുകളിൽ കൈവച്ചുകൊണ്ട് അതു ശ്രദ്ധിക്കാതെ ആ മനുഷ്യൻ പറഞ്ഞു.

"തിരക്കു കൂട്ടാതെ സാർ," ക്യാപ്റ്റൻ വിലക്കി. സത്യസന്ധമായ ഏതു സ്കോട്ട്ലന്റുകാരനും ഇക്കാലത്ത് ഒരു ഫ്രഞ്ചുപട്ടാളക്കാരന്റെ കോട്ടിനെ ആരാധിക്കുകയും വിലമതിക്കുകയും അതുപോലൊന്ന് ധരിക്കാൻ ആഗ്രഹിക്കുകയും ചെയ്യുന്നു. ഇപ്പോൾ താങ്കൾ ധരിച്ചിരിക്കുന്നത് അതുപോലൊന്നു തന്നെയാണ് സാർ. ജോർജ് രാജാവിനോട് കൂറുള്ള ഒരു വിഗാണ് ഈ പറയുന്ന ഞാൻ. എന്നാൽ എന്റെ സഹതാപമുണ്ടല്ലോ ചുവരിനോട് പുറം ചാരിനില്ക്കുന്നവരോടാണ്."

അപരിചിതനായ ആ മനുഷ്യനാകട്ടെ കടുത്ത ഒരു ജെക്കൊബൈറ്റ് വിശ്വാസിയായിരുന്നു എന്ന് എനിക്കതിൽനിന്നു മനസ്സിലായി. പതിനേഴാം നൂറ്റാണ്ടിന്റെയവസാനം കത്തോലിക്കാ വിശ്വാസിയായ ജെയിംസ് രാജാവിനെ പുറത്താക്കാൻ കച്ചകെട്ടിയിറങ്ങിയ രാഷ്ട്രീയ പാർട്ടിയുടെ അനുയായികളാണല്ലോ ഞങ്ങൾ വിഗുകൾ. ജെക്കൊബൈറ്റുകളാകട്ടെ ജെയിംസ് രണ്ടാമനെ പിന്തുണയ്ക്കുന്നവരും. ഇപ്പോൾ രാജ്യം ഭരിക്കുന്നതാകട്ടെ, വിഗുകാരനായ ജോർജ് രാജാവാണ്.

ഈ സംഭാഷണത്തോടെ ഇരുവർക്കും പരസ്പരം മനസ്സിലായി. "എന്തായാലും സാർ, ഞാൻ താങ്കളെ വിശ്വാസത്തിലെടുക്കുന്നു." ജെക്കൊബിയൻ പറഞ്ഞു. 45 ലും 46 ലും കുഴപ്പത്തിൽ അകപ്പെട്ട മാന്യരിൽ ഒരാളാണ് ഈയുള്ളവർ. (വിഗുകൾ അഴിച്ചുവിട്ട കലാപത്തെക്കുറിച്ചാണ് സൂചന) റെഡ്കോട്ടുകളുടെ (ഭരണത്തെ അനുകൂലിക്കുന്ന ഒരു സംഘം) പിടിയിലകപ്പെടുന്ന പക്ഷം എന്റെ കഥ കഴിഞ്ഞതു തന്നെ. ഫ്രാൻസിനെ ലക്ഷ്യം വെച്ചു പുറപ്പെട്ടതാണ്. ഇന്ന് രാത്രി തന്നെ യാത്ര തുടങ്ങേണ്ടതായിരുന്നു. എന്നാൽ മൂടൽ മഞ്ഞുകാരണം അവർക്കെന്നെ അവരുടെ കപ്പലിൽ കയറ്റാൻ കഴിഞ്ഞില്ല. സുരക്ഷിതമായൊന്നു ഫ്രാൻസിന്റെ കരയിലെത്തിക്കാൻ കഴിയുമോ താങ്കൾക്കെന്നെ? എങ്കിൽ തക്കതായ പ്രതിഫലം തരാം."

ഇത്രയും പറഞ്ഞ് അരയിലെ ബെൽറ്റു തുറന്ന് കുറേ

സ്വർണ്ണനാണയങ്ങളെടുത്ത് കിലുക്കിക്കാട്ടി. ക്യാപ്റ്റൻ ആർത്തി പിടിച്ച കണ്ണുകൾകൊണ്ട് അത് നോക്കിക്കണ്ടു.

"പാതിയെങ്കിലും എനിക്കു തരൂ" എന്ന് കൊതിയോടെ അയാൾ പറഞ്ഞു.

"പക്ഷേ, ഈ പണം എന്റേതല്ല. എന്റെ ചീഫിന്റേതാണ്. മൂപ്പൻ എന്നു പറയും. മറ്റുള്ളവരുടെ കാശുകൊണ്ട് സ്വന്തം ജീവൻ ഉറപ്പുവരുത്താൻ ഞാൻ ആഗ്രഹിക്കുന്നില്ല. പണത്തേക്കാൾ വിലയുണ്ടിതിന്. ഏതായാലും അറുപതു ഗിനി ഞാൻ നിങ്ങൾക്കു തരാം. സ്വീകരിക്കാം. നിരാകരിക്കാം. നിങ്ങളുടെ ഇഷ്ടം."

"ശരി. ശരി വാക്കു പറഞ്ഞാൽ പിന്നെയതിനു മാറ്റമില്ല. നിങ്ങളെ ഞാൻ ഫ്രഞ്ചുതീരത്തെത്തിക്കാം." ക്യാപ്റ്റൻ സമ്മതിച്ചു.

ഇരുവരും തമ്മിൽ ഇങ്ങനെയൊരു തീരുമാനത്തിലെത്തിയ ശേഷം ക്യാപ്റ്റൻ പുറത്തേക്കു പോയി. സ്വർണ്ണ ബെൽറ്റുകാരനും ഞാനും റൗണ്ട് ഹൗസിൽ തനിച്ചായി.

അക്കാലത്ത് ഫ്രാൻസിൽ രാജ്യഭ്രഷ്ടരായ ഒട്ടനേകം സ്കോട്ട്ലന്റുകൾ താമസക്കാരായുണ്ടായിരുന്നു. കുടുംബത്തെ കാണാൻ, സൗഹൃദം പുതുക്കാൻ, കാശുകൊണ്ടുവരാൻ ജീവൻ പണയം വച്ച് ഇവർ വല്ലപ്പോഴും നാട്ടിലെത്താറുണ്ട്. നിയമവിധേയരല്ലാത്ത ബഹിഷ്കൃത സമൂഹങ്ങളുടെ തലവന്മാരുടെ അനുയായികൾ ഈ തലവന്മാർക്ക് കപ്പം എത്തിച്ചു കൊടുക്കും. ഇത്തരമാളുടെ ധീരസാഹസിക കഥകൾ ഇഷ്ടംപോലെ പ്രചാരണത്തിലുണ്ട്. ചിലത് ഞാനും കേട്ടു. പണം ശേഖരിച്ച് ഫ്രാൻസിലെത്തിക്കാൻ ഇവർ ഏതു സാഹസവും കാണിക്കും. തീർച്ചയായും ഈ മനുഷ്യൻ അവരിൽ ഒരാളാണ്. എനിക്ക് ഇത്തരക്കാരെക്കുറിച്ച് കൂടുതലറിയണം. ജിജ്ഞാസ തീർക്കാൻ പറ്റിയ സമയം. ആഹാരം വിളമ്പുന്നതിനിടയിൽ സംസാരം തുടങ്ങി വച്ചു.

"അപ്പോൾ താങ്കളൊരു ജെക്കൊബിയനാണ്?"

"താൻ വിഗായിരിക്കും?"

"ഉവ്വ് എന്നും മറിച്ചും പറയാം." സത്യം അതാണെങ്കിലും തുറന്നു പറഞ്ഞ് ആളെ മുഷിപ്പിക്കേണ്ടെന്നു കരുതി ഞാനൊ

രു അടവെടുത്തു. കേംപൽ അച്ചൻ വളർത്തി വലുതാക്കിയ എന്നെപ്പോലൊരു പയ്യന് ഒരു നല്ല വിഗ് അല്ലാതെ മറ്റെന്തെങ്കിലുമാകാൻ കഴിയുമോ എന്ന് ഈ മനുഷ്യനുണ്ടോ അറിയുന്നു?

"ഏയ് സാരമില്ല താൻ വിഗായാലും മറിച്ചായാലും എനിക്കൊന്നുമില്ല. ഈ കുപ്പിയിൽ കുറേ മദ്യമുണ്ടാകണമെന്നു മാത്രം. 60 ഗിനി കൊടുത്തിട്ട് ഒരിറക്കു മദ്യം പോലും കിട്ടില്ലെന്നു വച്ചാൽ?"

"ഞാൻ പോയി അറയുടെ താക്കോൽ കൊണ്ടുവരാം." എന്നു പറഞ്ഞ് ഞാൻ കോണികയറി ഡക്കിലെത്തി. മൂടൽ മഞ്ഞിന്റെ ശക്തി കുറഞ്ഞിട്ടില്ല. കപ്പലിപ്പോൾ നങ്കൂരമിട്ടു കിടക്കുകയാണ്. ഏതു സ്ഥലമാണെന്നറിഞ്ഞുകൂട. ക്യാപ്റ്റനെ കണ്ടു. കൂടെ രണ്ടു സഹപ്രവർത്തകരുമുണ്ട്. ഒരിടത്തുകൂടി നിന്ന് എന്തോ കുശുകുശുക്കുന്നു. നല്ല കാര്യമല്ലെന്ന് എന്തുകൊണ്ടോ തോന്നി. ശ്രദ്ധയിൽ പെടാതെ കുറേക്കൂടി അരികിലേക്കു നീങ്ങിനിന്ന് പറയുന്നതു കേൾക്കാൻ ശ്രമിച്ചു.

"എങ്ങനെയെങ്കിലും നമുക്കയാളെ റൗണ്ട്ഹൗസിനു പുറത്തെത്തിക്കാൻ കഴിഞ്ഞാൽ" റിയ പറഞ്ഞു.

"അവിടെയാകുന്നതാകും നമുക്കു ഗുണം ചെയ്യുക. അവിടെയായാൽ വാളുപയോഗിക്കാൻ സൗകര്യം കിട്ടില്ല. വർത്തമാനം പറഞ്ഞിരുന്ന് നമുക്കയാളുടെ ശ്രദ്ധ മാറ്റാം. രണ്ടു വശത്തുനിന്നുമായി പിടികൂടാം. വാൾ പൊക്കാൻ കഴിയും മുമ്പ് എല്ലാം തീരണം." ക്യാപ്റ്റൻ പ്രതിവചിച്ചു.

ഒന്നും കേട്ടിട്ടില്ലെന്ന മട്ടിൽ അത്യാർത്തി പിടിച്ച ആ മനുഷ്യരെ വിട്ട് ഓടിപ്പോകാനാണ് ആദ്യം തോന്നിയത്. പിന്നീട് കൂടുതൽ ധീരമായ ഒരു സമീപനമെടുത്തു.

"ക്യാപ്റ്റൻ ഇദ്ദേഹത്തിന് കുടിക്കാൻ കുറേ മദ്യം വേണം. പക്ഷേ, മേശപ്പുറത്തെ കുപ്പി കാലിയാണ്. സ്റ്റോറു മുറിയുടെ താക്കോൽ ഒന്നുതന്നാൽ" എന്ന് ഞാൻ വിനീതവിധേയനായി.

അതുകേട്ട് മൂവരും ഒന്നു ഞെട്ടി. ആ തോക്കുകൾ ഇവിടെ എത്തിക്കാൻ കിട്ടിയ സുവർണ്ണാവസരമെന്ന് റിയ പറഞ്ഞു. "ഈ ചെക്കന് അവ എവിടെയുണ്ടെന്നറിയാം."

"ഉവ്വ്. ഡേവിക്ക് അതെല്ലാമറിയാം. അവൻ മിടുക്കനായ ഒരു പയ്യനാണ്..... മോനെ, ഞാൻ പറഞ്ഞതു നിനക്കു മനസ്സിലാവുന്നുണ്ടോ? അബദ്ധത്തിൽ ഇവിടെ കയറിവന്ന ആ മനുഷ്യനുണ്ടല്ലോ ഭയങ്കരനാണയാൾ. ഇവിടെ നിർത്തുന്നതും അപകടമാണ്. നമ്മുടെ കപ്പലിന് അവനൊരു ഭീഷണിയാണ്. ജോർജു രാജാവിന്റെ ശത്രു നമുക്കും ശത്രുവാണ്. പ്രശ്നമെന്താണെന്നുവച്ചാൽ, നമ്മുടെ തോക്കും വെടിമരുന്നുമെല്ലാം അയാളുടെ മൂക്കിനുതാഴെയാണുള്ളത്. ഞങ്ങളാരെങ്കിലും അകത്തു ചെന്ന് അത് എടുത്താൽ അയാൾക്ക് സംശയം തോന്നും. എന്നാൽ നിന്നെപ്പോലുള്ള ഒരു പയ്യന് അയാളുടെ ശ്രദ്ധയിൽ പെടാതെ അതിൽ ചിലതെങ്കിലും പുറത്തെത്തിക്കാൻ കഴിയും. ഈ സഹായം നീ ഞങ്ങൾക്കു നല്കിയാൽ കരോലിനാസിലെത്തേണ്ട താമസം ഏറ്റവും ഉചിതമായി തന്നെ ഞങ്ങളിതിനു പ്രത്യുപകാരം ചെയ്യും."

ഒരു മടിയും കൂടാതെ ഞാനതു സമ്മതിച്ചു. തുടർന്ന്, തോക്കുകൾ വച്ച അറകളുടെ താക്കോലുകൾ എനിക്കു കൈമാറി. റൗണ്ട് ഹൗസിലേക്കു നടക്കുമ്പോൾ ഞാനാകെ ആശയക്കുഴപ്പത്തിലായി, ആരുടെ കൂടെ നില്ക്കും? വേട്ടനായ്ക്കളേക്കാൾ ക്രൂരന്മാരായ ഈ കശ്മലന്മാരുടെ കൂടെയൊ അതോ ശത്രുരാജ്യക്കാരനായ ആ മനുഷ്യനോടൊപ്പമോ?* ഇവരെന്നെ തട്ടിക്കൊണ്ടുപോവുകയല്ലേ? റാൻസത്തെ ഇവരിലൊരാൾ ക്രൂരമായി കൊലചെയ്തില്ലെ? എന്നിട്ട് മറ്റൊരു കൊലയ്ക്ക് ഞാൻകൂടി കൂട്ടു നില്ക്കുകയെന്നു വച്ചാൽ....... പാടില്ല. പക്ഷേ, ഒരു ചെറുപ്പക്കാരനും ഒരു പണിക്കാരൻ പയ്യനും ചേർന്നാൽ എന്തു ചെയ്യാൻ കഴിയും? ഇവർ ഒറ്റയ്ക്കല്ല. ഒരു കപ്പലിലെ ജോലിക്കാർ മുഴുവൻ ഇവരോടൊപ്പമുണ്ട്. വിഡ്ഢിത്തം ചെയ്തു മരണത്തെ വിളിച്ചു വരുത്തുകയെന്നാൽ........

അകത്തെത്തിയപ്പോൾ ഞങ്ങളുടെ അതിഥി ഭക്ഷണത്തിനു മുമ്പിലാണ്. അതിനിടെ, ചെയ്യേണ്ട കാര്യങ്ങളെക്കുറിച്ച് പെട്ടെ

---

* ഇംഗ്ലണ്ടും സ്കോട്ട്ലന്റും അന്നു ശത്രുതയിലായിരുന്നു. അലൻ സ്കോട്ട്ലന്റ്കാരനായിരുന്നു.

ന്നു തീരുമാനമെടുത്തു. നേരെ അടുത്തുചെന്നു തോളത്തു കൈവച്ചു, എന്നിട്ട് ഇവിടെ കിടന്ന് മരിക്കാൻ തന്നെയാണോ ഭാവം എന്ന് ഒറ്റച്ചോദ്യം. ചാടിയെണീറ്റ് അയാൾ എന്നെ തുളയ്ക്കുന്ന മട്ടിൽ നോക്കി.

"ആ മൂന്നുപേരും ഭയങ്കര കൊലപാതകികളാണ്. ഒരു കുട്ടിയെ ഇപ്പോൾ കൊന്നിട്ടേയുള്ളൂ. അടുത്തത് നിങ്ങളുടെ ഊഴമാണ്." ഞാൻ പറഞ്ഞു.

"പക്ഷേ, പക്ഷേ,........" വാക്കുകൾ കിട്ടാതെ അയാൾ വിഷമിച്ചു. നീ എന്റെ കൂടെ നില്ക്കുമോ എന്ന് അവസാനം ചോദിച്ചു. ഉവ്വെന്നു ഞാൻ പറഞ്ഞു. താങ്കൾ കള്ളനോ, ചതിയനോ, കൊലപാതകിയോ ആരായാലും ഞാൻ കൂടെ നില്ക്കുമെന്ന് ആവർത്തിച്ച് ധൈര്യം നല്കി.

"നിന്റെ പേരെന്താണെന്നാ പറഞ്ഞത്?"

"ഡേവിഡ് ബെൽ ഫോർ"

ഒരു ജെക്കൊബിയനാണെങ്കിലും കാഴ്ചയ്ക്ക് തന്നെ ഏറെ സംസ്കാര സമ്പന്നനായ ഒരു മനുഷ്യനാണയാൾ. ഇങ്ങനെയൊരാൾ നല്ല മനുഷ്യരെ തിരിച്ചറിയുമെന്നും ഇഷ്ടപ്പെടുമെന്നും എനിക്കു തോന്നി. അതുകൊണ്ട് 'ഷൊ' കുടുംബത്തിന്റെ പേര് പറഞ്ഞു.

"സ്റ്റവർട്ട് എന്നാണ് പേരെങ്കിലും അലൻ ബ്രക്ക് ആയി അറിയപ്പെടുന്നു." ചെറുപ്പക്കാരൻ പറഞ്ഞു. തുടർന്ന് എന്തെല്ലാം പ്രതിരോധ സന്നാഹങ്ങൾ തയ്യാറുണ്ടെന്ന് വിലയിരുത്തി. ഉറച്ച ഭിത്തികളുള്ള ഈ റൗണ്ട് ഹൗസിന് അഞ്ചു ദ്വാരങ്ങളാണുള്ളത്. വാതിലുകളാകട്ടെ രണ്ടെണ്ണം മാത്രം. വെളിച്ചത്തിനുവേണ്ടി പ്രത്യേകം പണിത ഒരു വാതലിനു മുമ്പിലൂടെ ഒരു മനുഷ്യന് സുഖമായി അകത്തു കടക്കാം. ഒരു വാതിൽ മാത്രം ഭദ്രമായി അടച്ചശേഷം ശത്രുനീക്കം നിരീക്ഷിക്കാൻ തുടങ്ങി. തല്ക്കാലം അവരെ എന്തെങ്കിലും പണികൊടുത്തു നിർത്താമെന്ന് അലൻ പറഞ്ഞു. ഒരു വാൾ എന്റെ കൈയിൽ പിടിപ്പിച്ച ശേഷം പിസ്റ്റളുകളെല്ലാം നിറച്ചുവെക്കാൻ ആവശ്യപ്പെട്ടു. തുർന്ന് സ്വന്തം വാളെടുത്തു നിവർത്തി വായുവിൽ അതു പലതവണ വീശി.

“അവർ എല്ലാം കൂടി എത്രപേരുണ്ടാകും?”

“പതിനഞ്ച്.”

അലൻ ചൂളം വിളിച്ചു. “വേറെ വഴിയൊന്നും കാണുന്നില്ല. ഞാൻ പറയുന്നതു ശ്രദ്ധിച്ചു കേൾക്കണം. ഞാനീ വാതിൽ അടയ്ക്കാൻ പോവുകയാണ്. പ്രധാനയുദ്ധത്തിൽ തനിക്ക് ഒരു പങ്കാളിത്തവുമുണ്ടാകില്ല. ഞാൻ വീണാലല്ലാതെ നീ വെടിവെക്കാൻ പാടില്ല. പിന്നിൽ നിന്നു കുത്തുന്ന ഒരു സുഹൃത്തിനേക്കാൾ നേരെ നിന്നു പോരാടുന്ന ഒരു ഡസൻ ശത്രുക്കളെയാണ് എനിക്ക് ഇഷ്ടം.”

തോക്കുപയോഗിക്കുന്നതിൽ വേണ്ടത്ര പരിചയമില്ലെന്ന് ഏറ്റു പറഞ്ഞപ്പോൾ അലൻ എന്റെ സത്യസന്ധതയെ പ്രശംസിക്കുകയാണുണ്ടായത്. “ഡേവീ, നീ ഉടൻ ചെയ്യേണ്ടത് എന്താണെന്നു ഞാൻ പറഞ്ഞു തരാം. ആദ്യം ജനലിനരികിലുള്ള ആ കിടക്കയിൽ കയറി മറ്റേ വാതിൽ തകർക്കാനെത്തുന്നത് ആരായാലും വെടിവെച്ചിടാൻ നോക്കണം. വെളിച്ചത്തിനു വേണ്ടിയുള്ള ആ ചില്ലുവാതിലിലും വേണം നല്ലശ്രദ്ധ. അതു തകർത്ത് ആരെങ്കിലും അകത്തു കടക്കാൻ സാദ്ധ്യതയുണ്ട്.”

എന്റെ വായ് വരണ്ടു. നെഞ്ചിൽ അസ്വസ്ഥത അനുഭവപ്പെട്ടു. ഞങ്ങളുടെമേൽ ചാടിവീഴാൻ തയ്യാറായി നില്ക്കുന്ന ആ വ്യാളികളുടെ സാദ്ധ്യതകളെക്കുറിച്ചോർത്തപ്പോൾ തന്നെ ഞാൻ തളർന്നു. എന്റെ ധൈര്യം ചോരാൻ തുടങ്ങി. കടലിൽ പൊങ്ങിക്കിടക്കുന്ന സ്വന്തം ശരീരം ഞാൻ മനസ്സിൽ കണ്ടു. അലനാകട്ടെ അക്ഷോഭ്യനായി യുദ്ധസന്നാഹങ്ങൾ തുടർന്നു.

പോരാട്ടവും ഫലശ്രുതിയും

ആ സമയം ക്യാപ്റ്റന്റെ മുഖം വാതിലിനടുത്ത് പ്രത്യക്ഷപ്പെട്ടു. ഏറെ നേരം കഴിഞ്ഞിട്ടും എന്നെ കാണാത്തതുകൊണ്ട് ദേഷ്യപ്പെട്ടു വരികയാണെന്നു മനസ്സിലായി. ക്യാപ്റ്റനെ കണ്ടതും, വാളുയർത്തി അലൻ അയാളെ തടഞ്ഞു. എന്നാൽ ആ മനുഷ്യന് ഒരു കൂസലുമില്ലായിരുന്നു. "ജീവൻ രക്ഷിച്ചതിന് നന്ദി കാണിക്കുന്നതായിരിക്കും?" പരിഹാസ സ്വരത്തിൽ അയാൾ പറഞ്ഞു.

"തന്റെ കാലുകളിലെ വിരലുകളുടെ എണ്ണത്തേക്കാൾ കൂടുതൽ വരുന്ന ഈ വാളുകൊണ്ട് അരിഞ്ഞുവീഴ്ത്തിയ തലകളുടെ എണ്ണം. തന്റെ എലികളെയെല്ലാം വിളിച്ചു കൂട്ടിക്കോളീ മിസ്റ്റർ" ക്യാപ്റ്റൻ മറുപടിയൊന്നും പറയാതെ വൃത്തികെട്ട ഒരു നോട്ടം എന്റെ നേർക്ക് എറിയുകമാത്രം ചെയ്തു. "ഇതു ഞാൻ മറക്കില്ല ഡേവിഡ്." എന്നു പറഞ്ഞ് അയാൾ രംഗംവിട്ടു.

"ആക്രമണം ഏതു നിമിഷവും പ്രതീക്ഷിക്കാം. തയ്യാറായി നിന്നോളൂ." അതിനിടെ ജനാല വഴി ഞാൻ മുകളിലെ തട്ടിൽ കയറിപ്പറ്റി. കൈയിൽ തോക്കുണ്ടായിരുന്നെങ്കിലും ഹൃദയത്തിന്റെ കനമായിരുന്നു കൂടുതൽ. അവിടെ നിന്നു നോക്കിയാൽ ഡക്കിന്റെ ചെറിയ ഭാഗം മാത്രം കാണാം. പക്ഷേ, കാര്യം നടത്താൻ അതു തന്നെ ധാരാളം. കാറ്റ് ശക്തികുറഞ്ഞ് ഒരേ സ്ഥാ

യിയിൽ വീശിക്കൊണ്ടിരിക്കുന്നു. വേലിയിറക്കമാണെന്നു തോന്നുന്നു. കപ്പലിനകം മരണവീടുപോലെ നിശ്ശബ്ദം. ഡക്കിൽ നിന്ന് ശബ്ദമടക്കിയുള്ള ചില കുശുകുശുപ്പുകളും ആയുധങ്ങൾ കൈമാറുന്നതിന്റെ സൂചനയായി ചില നേർത്ത കിലുക്കങ്ങളും മാത്രം കേട്ടു. പേടിയൊന്നും തോന്നിയില്ലെങ്കിലും വിജയത്തെക്കുറിച്ച് ആശങ്ക തന്നെ തോന്നി. ലോകത്തോടു തന്നെ തോന്നിയരോഷം ഒന്നുകൊണ്ടു മാത്രം ജീവൻ ത്യജിക്കാൻ മടിയില്ലാതായി എന്നു പറയുന്നതാവും സത്യം.

കാലുകളുടെ ചടുലചലനങ്ങൾ, ഉറക്കെയുള്ള ഒരലർച്ച..... ഇതോടെ പോരാട്ടം തുടങ്ങിക്കഴിഞ്ഞു. വാതിലിനടുത്തായി ഷാൻ നില്ക്കുന്നതു കണ്ടു. അലനുമായി കൊമ്പുകോർക്കുകയാണ്. ഒരു കുട്ടിയെ ചവിട്ടിക്കൊന്ന ദുഷ്ടനാണെന്ന് ഉറക്കെ വിളിച്ചു പറഞ്ഞു. "ജനലിൽ നിന്ന് കണ്ണെടുക്കാതിരിക്കണമെന്ന് അലൻ അതിനുള്ളിൽ പറയുകയുണ്ടായിരുന്നു. അതിനിടയിൽ അയാളുടെ ഖഡ്ഗം പ്രതിയോഗിയുടെ ശരീരത്തിൽ ഇറങ്ങിക്കഴിഞ്ഞു. ജനലിനു പുറത്ത്, ചുവരുകൾ ഇടിച്ചു നിരത്തുന്നതിനു വലിയൊരു മുട്ടിയുമായി അഞ്ചുപേർ കൂടി നില്ക്കുന്നത് ആ സമയം എന്റെ കണ്ണിൽ പെട്ടു. അലൻ അടച്ചു ഭദ്രമാക്കിയ വാതിൽ തുറക്കാനുള്ള ശ്രമമാണെന്നു തോന്നി. പിസ്റ്റൾ ഉപയോഗിച്ച് വെടിയുതിർത്ത പരിചയം എനിക്ക് തീരെ ഉണ്ടായിരുന്നില്ല. എങ്കിലും പറ്റിയ സമയം ഇതാണെന്നു കണ്ട് അതിനു തയ്യാറായി.

ഞാൻ വെച്ച വെടി ആ അഞ്ചുപേരിൽ ആർക്കോ കൊണ്ടെന്നു തോന്നുന്നു. വേദനകൊണ്ട് നിലവിളിക്കുന്നതു കേട്ടത് അതുകൊണ്ടായിരിക്കുമല്ലോ. തുടർന്ന് രണ്ടുതവണകൂടി കാഞ്ചിവലിച്ചെങ്കിലും വെടിയുണ്ടകൾ അവരുടെ തലയ്ക്കു മുകളിലൂടെയാണ് കടന്നുപോയത്. മുട്ടി വലിച്ചെറിഞ്ഞ് എല്ലാവരും ജീവനും കൊണ്ടോടി. മുറി നിറയെ പുകയായിരുന്നു. വിജയശ്രീലാളിതനായി അലൻ നില്ക്കുന്നതു കണ്ടു. പിസ്റ്റൾ വീണ്ടും നിറച്ച് കാത്തുനില്പായി. ചിതറിപ്പോയ ജോലിക്കാർ വീണ്ടും ഒന്നിച്ചു കൂടുകയാണെന്ന് മനസ്സിലായി.

എനിക്കു തൊട്ടുമുകളിലെ മേല്ക്കൂരയിൽ അധികം ശബ്ദമുണ്ടാക്കാതെ ആരോ വന്നു വീണു. തുടർന്ന് ഒരു കുഴലൂത്ത്. അതൊരടയാളമാണെന്നു വ്യക്തം. വാതിലിനു നേർക്കാണ് നീങ്ങുന്നതെന്ന് സൂചന. എല്ലാവരുടെ കൈയിലും ഉയർത്തിപ്പിടിച്ച ഖഡ്ഗങ്ങളുണ്ട്. സ്കൈലൈറ്റിന്റെ ചില്ലുകൾ തകർത്ത് ഒരാൾ അകത്ത് ചാടിവീണു. എന്നെ കേറിപ്പിടിക്കാൻ നോക്കി. ഞാൻ വെടിവച്ചു. അലറിക്കരഞ്ഞുകൊണ്ട് അയാൾ നിലത്തേക്കു തെറിച്ചു. അപ്പോൾ മറ്റൊരാൾ വന്ന് തലയിൽ തന്നെ നല്ലൊരു ചവിട്ടു തന്നു. സ്കൈലൈറ്റിലൂടെ ഉള്ളിലേക്കു കാലിട്ട് ആക്രമിക്കുകയാണെന്നു മനസ്സിലായി. തുടകൾ നോക്കി വെടി വച്ചതും അയാൾ നിലത്തുവീണു. അലന്റെ വിളി ആ സമയം തന്നെ കേട്ടു. സഹായം ആവശ്യപ്പെടുകയാണെന്നു ഞാനൂഹിച്ചു. ഏറെ നേരമായി പ്രധാനവാതിലിൽ തീർത്ത പ്രതിരോധം ദുർബ്ബലമാവുകയാണെന്നു മനസ്സിലായി. ജോലിക്കാരിലൊരാൾ ഒളിച്ചു കടന്ന് ആക്രമണമഴിച്ചുവിട്ടതാണ് പ്രശ്നം. രണ്ടുപേരും നേർക്കുനേർ നിന്ന് പോരാടുകയാണ്. അലന്റെ അരക്കെട്ടിൽ തന്നെ അയാളുടെ ഒരു കൈ അമർന്നിരിക്കുന്നു. അകത്തു കടക്കാൻ വെമ്പുന്ന ജോലിക്കാരുടെ മുഖം വാതില്ക്കൽ പ്രത്യക്ഷപ്പെടുന്നു. കൃപാണമൂരി ഞാൻ അവരുടെ നേരെ പാഞ്ഞടുത്തു. പക്ഷേ, അലന് സഹായമൊന്നുമാവശ്യമായിരുന്നില്ല. സ്വന്തം കാര്യം നോക്കാൻ അയാൾക്കു നന്നായറിയാമായിരുന്നു. തന്റെ നേർക്കുനിന്ന ആ പ്രതിയോഗിയെ അതിനകമയാൾ അരിഞ്ഞുവീഴ്ത്തിക്കഴിഞ്ഞു. അടുത്ത നിമിഷം തന്നെ വാതിൽ കടന്ന് ഇപ്പുറമെത്താൻ നില്ക്കുന്നവരെയും ശരിപ്പെടുത്തിക്കഴിഞ്ഞു. വാളിന്റെ ഓരോ ചലനത്തിനുമൊപ്പം ഓരോ നിലവിളി കേട്ടു. ദേഹം നിറയെ പരുക്കുകളുമായി അവരെല്ലാം ഓടിപ്പോയി. ഡക്കിലെത്തുംവരെ ഉയർത്തിപ്പിടിച്ച വാളുമായി പിന്തുടർന്നു. ആടുകളെ തുരത്തുന്ന വേട്ടനായ്ക്കളെയാണെനിക്ക് അതുകണ്ടപ്പോൾ ഓർമ്മ വന്നത്.

അലൻ പക്ഷേ, ധീരനെന്നതുപോലെ ശ്രദ്ധാലുവുമായിരുന്നു. ഒട്ടും നേരം കളയാതെ അയാൾ റൗണ്ട് ഹൗസിന്റെ സുരക്ഷിതത്വത്തിൽ തിരിച്ചെത്തി. എന്നാൽ കപ്പൽപ്പടയാണെങ്കിലോ,

അയാൾ അപ്പോഴും പിന്നാലെയുണ്ടെന്ന മട്ടിൽ ഓട്ടം തുടരുക തന്നെയാണ്. ആ പരക്കം പാച്ചിലിനിടയിൽ അന്യോന്യം കൂട്ടി മുട്ടി പലരും വീണു. പിന്നെയൊരുവിധം മുന്നറയുടെ സുരക്ഷി തത്വത്തിൽ അഭയം തേടി.

റൗണ്ട് ഹൗസാണെങ്കിലോ ആകെ താറുമാറായി കഴിഞ്ഞു. ചോരയും പുകയും മൂന്നുപേരുടെ ശരീരങ്ങൾ. വാതിലിനു ചേർന്ന് അന്ത്യശ്വാസം വലിച്ചു കൊണ്ടിരിക്കുന്ന മറ്റൊരു ശരീരം. അലന്റെ ശരീരത്തിൽ ഒരു പോറൽ പോലുമേറ്റിട്ടില്ലതാനും! ഓടി വന്ന് എന്നെ കെട്ടിപ്പിടിച്ച് ഇരു കവിളിലും ഉമ്മ വെച്ചു. "ഡേവീ, നീ എനിക്ക് സ്വന്തം സഹോദരനെപ്പോലെയാണ്. പക്ഷേ, നീ കണ്ടതിൽ വച്ച് ഏറ്റവും മിടുക്കനായ പോരാളി എന്താ ഞാൻ തന്നെയല്ലേ?" എന്ന് പറഞ്ഞ് മുഖം നിറയെ സന്തോഷവുമായി ഒരു പാട്ടും മൂളിക്കൊണ്ട്, ജഡങ്ങൾ പെറുക്കി കടലിലെറിയുന്ന കൃത്യത്തിൽ മുഴുകി.

എന്നാൽ യുദ്ധം ശരിക്കും ബാധിച്ചത് എന്നെയാണ്. ശ്വാസം കിട്ടാതെ ഇരുന്നപ്പോൾ അറിയാതെ കരഞ്ഞുപോയി. ഒരു ശിശു വിനെപ്പോലെ ഞാൻ കരഞ്ഞുകൊണ്ടിരുന്നു. അലൻ അടുത്തു വന്നിരുന്നു പുറത്തു തട്ടി സമാധാനിപ്പിച്ചു. നല്ല മിടുക്കനാണ് ഞാനെന്നു പുകഴ്ത്തി പിന്നെച്ചെന്ന് കിടന്നുറങ്ങാൻ പറഞ്ഞു. എനിക്ക് അത്യാവശ്യമായി വേണ്ടത് അതാണത്രെ. അതനുസ രിച്ച് അയാൾക്കരികെത്തന്നെ നിലത്തു കിടന്നുറങ്ങി. മൂന്നുമ ണിക്കൂർ കഴിഞ്ഞ് അലൻ എന്നെ വിളിച്ചുണർത്തി കാവലിരു ത്തിയ ശേഷം സ്വയം കിടന്നുറങ്ങി. അപ്പോഴേക്കും നേരം പുലർന്നു കഴിഞ്ഞിരുന്നു. ശക്തിയായി മഴ പെയ്യുന്നുണ്ടായി രുന്നു.

ഏതോ ദ്വീപിന്റെ കരയോടടുത്തിരിക്കുകയാണ് ഞങ്ങളെന്ന് കടൽ കാക്കകളുടെ കരച്ചിൽ വ്യക്തമാക്കി. സ്കൈ ഹിൽസ് എന്നു പറയുന്നവൻ മലകൾ കണ്ടു. റൗണ്ട് ഹൗസിന്റെ വാതി ലിലൂടെ കാണാൻ കഴിഞ്ഞ കാഴ്ചകൾ. അതിനു പിന്നിൽ അപ രിചിതമായ റം ദ്വീപാണത്രെ. അലൻ ഉണർന്ന ശേഷം രണ്ടുപേ രുമിരുന്നു ഭക്ഷണം കഴിച്ചു. മുറിയാകെ താറുമാറായിക്കിടന്നു.

ചോരക്കളങ്ങൾക്കും പൊട്ടിയ ചില്ലുകൾക്കുമിടയിലിരുന്ന് എങ്ങനെ വല്ലതും കഴിക്കും. ഓക്കാനംകൊണ്ട് തീറ്റി മുഴുവനാക്കാൻ കഴിഞ്ഞില്ല. പക്ഷേ, ഒന്നാന്തരം ഭക്ഷണമാണ് അവർ കപ്പലിൽ ഒരുക്കിയിരിക്കുന്നതെന്നു മനസ്സിലായി. അതാണെങ്കിൽ ഇഷ്ടംപോലെയുണ്ടുതാനും.

ഭക്ഷണം കഴിഞ്ഞതും അലൻ തന്റെ കോട്ടിൽ നിന്ന് ഒരു ബട്ടൻ മാറ്റിയെടുത്ത് അത് എന്റെ കൈയിൽ വെച്ചുതന്നു.

"എന്റെ പിതാവ് എനിക്കു തന്ന ഈ സമ്മാനം ഇപ്പോൾ ഞാൻ നിന്നെ ഏല്പിക്കുകയാണ് അനിയാ. ഈ കഴിഞ്ഞ രാത്രിയുടെ ഓർമ്മയ്ക്കായായി. എവിടെ ചെന്നാലും ഈ ബട്ടൺ കാട്ടേണ്ടതാമസം, അലൻ ബ്രൂക്കിന്റെ ചങ്ങാതിമാർ നിനക്കുവേണ്ടതെല്ലാം ചെയ്യും." അയാൾ പറഞ്ഞു.

ആ സമയം തന്നെ ഡക്കിൽ നിന്ന് ഒരു ശബ്ദം കേട്ടു. നോക്കിയപ്പോൾ റിയ ഞങ്ങളെ വിളിക്കുകയാണ്. ഒട്ടും സമയം കളയാതെ പിസ്റ്റളുമായി ഞാൻ സ്കൈലൈറ്റിലൂടെ പുറത്തു കടന്ന് മേൽക്കൂരയിൽ ഇരിപ്പുറപ്പിച്ചു.

"നിങ്ങൾ ചെയ്തത് തീരെ മോശമായിപ്പോയി. തന്റെ ചങ്ങാതിയുമായി സംസാരിക്കാൻ ക്യാപ്റ്റൻ ആഗ്രഹിക്കുന്നു." അയാൾ പറഞ്ഞു.

"ചതിക്കാനുള്ള സൂത്രമല്ലെന്ന് എങ്ങനെ ഉറപ്പുവരുത്തും?" ഞാൻ ചോദിച്ചു.

അല്ലെന്ന് അയാൾ കട്ടായമായിപ്പറഞ്ഞു. ഇനി അഥവാ അയാൾക്കങ്ങനെ വല്ല ഉദ്ദേശ്യവുമുണ്ടെങ്കിൽത്തന്നെ താൻ കൂട്ടുനില്ക്കില്ലെന്ന് ഉറപ്പിച്ചു പറഞ്ഞു. എല്ലാം കേട്ട ശേഷം അലൻ ഇരുവരെയും കാണാൻ അനുമതി നല്കി. ക്യാപ്റ്റന്റെ തല ജനാലകൾക്കൊന്നിനു പിന്നിൽ പ്രത്യക്ഷപ്പെട്ടു. മഴ നനഞ്ഞുകൊണ്ട് അവിടെ നിന്നു സംസാരിക്കാനല്ലാതെ അകത്തു കടക്കാൻ അലൻ സമ്മതിച്ചില്ല. അയാളുടെ ഒരു കൈ ഒടിഞ്ഞ് സ്ലിംഗിലിട്ട നിലയിലായിരുന്നു.

കടുത്ത ഭാഷയിലാണ് ഇരുവരും സംസാരിച്ചത്. എങ്കിലും ഇരുവരും അവസാനമൊരു തീരുമാനത്തിലെത്തി. അറുപതു

ഗിനി കൊടുത്താൽ, ക്യാപ്റ്റൻ അലന്റെ ആൾക്കാർ താമസിക്കുന്ന പ്രദേശത്തിനരികിലായി സ്ഥിതിചെയ്യുന്ന ലിന്നെലോക്ക് ദ്വീപിൽ അയാളെ ഇറക്കിവിടും. കരാർ ഉറപ്പിക്കാൻ എന്നവണ്ണം ഒരു കുപ്പി ബ്രാന്റിക്കു പകരമായി അവർ ഞങ്ങൾക്കു രണ്ട് ബക്കറ്റ് കൂടി വെള്ളം തന്നു. പിന്നീട് മദ്യം പങ്കിട്ട് സന്തോഷമായി പിരിഞ്ഞു. അതിനിടെ എല്ലാവരും ചേർന്ന് റൗണ്ട് ഹൗസിലെ ചോരപ്പാടുകളും മറ്റും വൃത്തിയാക്കി.

അധികം താമസിയാതെ കവനെന്റു കപ്പൽ മൾ ദ്വീപു ചുറ്റി ലിന്നെ ലോക്കിനെ ലക്ഷ്യംവച്ച് യാത്രയായി. കാറ്റ് വന്ന് അതിനകം മഴയെതൂത്തുമാറ്റിക്കളഞ്ഞിരുന്നു. സൂര്യൻ തിളങ്ങാൻ തുടങ്ങിയിരുന്നു. നല്ല സുന്ദരമായ ഒരു തെളിഞ്ഞ ദിവസം. അലനും ഞാനും സന്തോഷമായി അന്നത്തെ ദിവസം ചെലവഴിച്ചു. ക്യാപ്റ്റൻ സമ്മാനിച്ച പുകയില ഞങ്ങൾക്കു കൂട്ടിനുണ്ടായിരുന്നു.

രണ്ടുപേരും ജീവിതകഥകൾ പരസ്പരം കൈമാറി. മലമേടുകളിലെ ഒരു ദരിദ്രകുടുംബത്തിലായിരുന്നു അലന്റെ ജനനം (ഇപ്പോൾ തിരിച്ചു ചെല്ലുന്നതും ആ ജന്മനാട്ടിലേക്കാണ്). ആ ദിവസങ്ങളിൽ ആദ്യം സമുദ്രസഞ്ചാരത്തിനിറങ്ങിച്ചെല്ലുന്നവരെ സംബന്ധിച്ചിടത്തോളം വടക്കൻ സ്കോട്ട്ലന്റ് അപകടം പിടിച്ച ഒരു സ്ഥലമായിരുന്നു. അലന്റെ അച്ഛൻ ഡങ്കൻ സ്റ്റെവർട്ട് സ്കോട്ട് ലന്റിലെ തന്നെ ഏറ്റവും പരാക്രമിയായ ഒരു യോദ്ധാവായിരുന്നു. അതേസമയം സ്നേഹവും കാരുണ്യവും മാന്യതയും വേണ്ടത്രയുണ്ടായിരുന്നു. ഏറെ അഭിമാനത്തോടെ അയാൾ തന്റെ പിതാവിനെക്കുറിച്ചു സംസാരിച്ചു. ഇരുവരും തമ്മിലുള്ള അടുപ്പത്തിന്റെ ആഴം ഞാനതിൽനിന്നും മനസ്സിലാക്കി.

അച്ഛന്റെ മരണശേഷം ഇംഗ്ലീഷ് സൈന്യത്തിൽ ചേർന്നു.

എന്നാൽ 45 ലെ കലാപത്തിൽ അയാൾ പട്ടാളസേവനം മതിയാക്കി ഒളിച്ചോടി. നേരെ ചെന്ന് ഫ്രഞ്ചു ആർമിയിൽ ആപ്പീസറായി. ഇംഗ്ലണ്ടിനെതിരെ പൊരുതാൻ ഫ്രാൻസ് സഹായങ്ങൾ നല്കിയിരുന്ന കാലമായിരുന്നു. അലൻ ഒരു വർഗ്ഗവഞ്ചകനാ

ണെന്ന അറിവു എന്നെ തെല്ലൊന്നുമല്ല ക്ഷുഭിതനാക്കിയത്. ഞാൻ പഠിച്ച പ്രമാണങ്ങൾ വെച്ചു നോക്കിയാൽ മാപ്പർഹിക്കാനാകാത്ത കുറ്റമാണത്. എങ്കിലും ആ സമയം ഒന്നും പുറത്തു കാണിച്ചില്ല.

“വലിയ ഒരു കുറ്റമല്ലേ സാർ അത്, മരണമല്ലേ അതിനുള്ള ശിക്ഷ? ഈ രീതിയിൽ രാജ്യത്തെ ഒറ്റിക്കൊടുത്തയാൾ സ്വന്തം നാട്ടിൽ തന്നെ തിരിച്ചെത്തിയത് എങ്ങനെയാണ്?” എന്നുപക്ഷേ ചോദിക്കാതിരിക്കാൻ കഴിഞ്ഞില്ല.

“ഇത് ആദ്യമായിട്ടൊന്നുമല്ല അങ്ങനെ സംഭവിക്കുന്നത്. എല്ലാവർഷവും ഞാനീരീതിയിൽ നാട്ടിലെത്താറുണ്ട്. ഫ്രാൻസ് സുന്ദരമായ ഒരു സ്ഥലം തന്നെയാണ്. എന്നാൽ വടക്കൻ സ്കോട്ട്ലന്റിനെ എന്റെ നാട്ടിൻപുറത്തെ തുറസ്സുകളുടെയും അവയിൽ സൈ്വരവിഹാരം നടത്തുന്ന മാൻകൂട്ടങ്ങളുടെയും ഓർമ്മകൾ എനിക്കവിടെ സ്വസ്ഥത തരില്ല. പിന്നെ സ്കോട്ട്ലന്റിൽ ഞാനൊരു ജോലികൂടി ഏറ്റെടുത്തിട്ടുണ്ട്. ഫ്രഞ്ചുപട്ടാളത്തിന് സൈനികരെ എത്തിക്കുന്ന ജോലി. എന്നാൽ മുഖ്യജോലി അതൊന്നുമല്ല. ഞങ്ങളുടെ കുലത്തിന്റെ മൂപ്പനുമായി ബന്ധപ്പെട്ട ഒന്നാണത്. അർദ്ഷീൽ ഫ്രാൻസിൽ പ്രവാസ ജീവിതം നയിക്കുകകയാണദ്ദേഹം. രാജാക്കന്മാരുടെ പരമ്പരയിൽ പെട്ട ഇങ്ങനെയൊരു മഹാപുരുഷൻ ഒരു വിദേശ രാജ്യത്ത് ജീവിക്കുന്ന കാര്യം ആലോചിക്കുമ്പോൾ തന്നെ..... ഹാ, എന്റെ ഹൃദയം പിളരുന്നു. പ്രിയപ്പെട്ടവരിൽ നിന്നെല്ലാം ഒറ്റപ്പെട്ട് പരമദരിദ്രനായി തീർത്തും ഒറ്റപ്പെട്ട്........ ഒറ്റവാക്കിന് 500 വാളേന്തിയ ഭടന്മാരെ അണിനിരത്താൻ കഴിവുണ്ടായിരുന്ന മനുഷ്യൻ. സ്കോട്ട്ലന്റിൽ ഞാനത് നേരിൽ കണ്ടിട്ടുണ്ട്. എന്നിട്ട് ഇവിടെയിപ്പോൾ ഒരു റൊട്ടിക്കഷണത്തിനുവേണ്ടി ഇരക്കേണ്ടിവരുന്നു. അർദ്ഷീലിന്റെ സ്വന്തം പ്രവിശ്യയുണ്ടല്ലോ, അപ്പിൻ, അവിടത്തെ ആളുകളിപ്പോൾ ജോർജ് രാജാവിന് കപ്പം കൊടുത്താണ് കഴിഞ്ഞു കൂടുന്നത്. എന്നാൽ മൂപ്പനെ പൊന്നുപോലെ സ്നേഹിക്കുന്ന ആ വിഭാഗങ്ങളുണ്ടല്ലോ അന്യനാട്ടിൽ കഴിയുന്ന അദ്ദേഹത്തിന് കാശെത്തിക്കാൻ സദാസന്നദ്ധരാണ്. എന്റെ കൈയിൽ അവരത്

നിർബ്ബന്ധമായും വെച്ചുതരും. ഞാനത് ഫ്രാൻസിലെത്തിച്ച് അദ്ദേഹത്തിന് കൊടുക്കും. അർദ്ഷീൽ കഴിഞ്ഞു കൂടുന്നത് അതുകൊണ്ടൊക്കെയാണ്." തന്റെ കൈയിലെ സ്വർണ്ണ നാണയങ്ങൾ ആ രീതിയിൽ ജനങ്ങൾ തന്നെയേല്പിച്ച അവരുടെ സമ്പാദ്യമാണെന്ന മട്ടിൽ അലൻ ബെൽറ്റു പിടിച്ച് കിലുക്കി സ്വർണ്ണനാണയങ്ങളുടെ ശബ്ദം എന്നെ കേൾപ്പിച്ചു.

"രണ്ടുവിധത്തിൽ ചുങ്കമടയ്ക്കുന്ന നാട്ടിൻപുറത്തുകാർ. അതൊരു മഹത്തായ കാര്യമാണെന്നു മാത്രമേ ഞാൻ പറയൂ, ചേട്ടാ, ഉറച്ച ഒരു വിഗാണ് ഞാനെങ്കിലും." ഞാൻ പറഞ്ഞു.

"വിഗാണെങ്കിലും നിയൊരു നല്ല കുട്ടിയാണ്. ശരിക്കും ഒരു മാന്യൻ. കേംപ്ബെല്ലിനെപ്പോലെ എത്രയും ഉറച്ച ഒരു വിഗ് ആയതുകൊണ്ട് ഞാനീ പറഞ്ഞ കാര്യങ്ങൾ ഉള്ളാലെ നീ ഇഷ്ടപ്പെടുന്നുണ്ടാവില്ലെന്ന് എനിക്കറിയാം അനിയാ. ഇനി അഥവാ നീയൊരു റെഡ് ഫോക്സ് ആണെങ്കിൽ........." ആ പേര് ഉച്ചരിച്ചതും അയാളുടെ മുഖം ദേഷ്യംകൊണ്ട് ചുവന്നു തുടുക്കുന്നത് ഞാൻ അടുത്തു നിന്നു കണ്ടു.

"റെഡ് ഫോക്സ്, ആരാണത്?"

"ആ കഥയും ഞാൻ പറഞ്ഞുതരാം," ഒന്നു നിർത്തി കഥാകഥനമാരംഭിച്ച മട്ടിൽ അലൻ തുടർന്നു: "സെല്ലൊഡൻ എന്ന ദേശത്ത് ജെയിംസിനെ അനുകൂലിക്കുന്ന സ്റ്റിവെർട്ട് കുലങ്ങൾ ചിന്നിച്ചിതറിയതിനെത്തുടർന്ന് അർദ്ഷീർ ഭാര്യയും കുഞ്ഞുങ്ങളുമായി ഏതോ മലയോരത്തേക്ക് ഓടിപ്പോയി. എന്നാൽ ഇംഗ്ലീഷു തെമ്മാടികൾ അടങ്ങി നില്ക്കുമോ? അങ്ങോരെ കണ്ടുപിടിച്ച് എല്ലാത്തരത്തിലും ഉപദ്രവിക്കാൻ തുടങ്ങി. സ്വന്തം അധികാരവുമെല്ലാം തട്ടിപ്പറിച്ചെടുത്ത് തീർത്തും ഒറ്റപ്പെടുത്തി. കുലത്തിൽ ബാക്കിയുള്ളവർക്ക് ആയുധങ്ങൾ നിഷേധിച്ചു. ദേശീയവസ്ത്രം ധരിക്കാൻ പോലും ഞങ്ങൾക്ക് സ്വാതന്ത്ര്യമില്ലാതായി. എന്നാൽ കുലത്തിലുള്ളവർക്ക് സ്വന്തം മൂപ്പനോടുണ്ടായിരുന്ന സ്നേഹാദരങ്ങളെ മാത്രം ഇവർക്ക് തട്ടിയെടുക്കാനായില്ല. അപ്പിൻ പ്രവിശ്യ തട്ടിയെടുക്കാൻ ജോർജ് രാജാവ് കോളിൻ കേംപ്ബൽ എന്നൊരാളെ അയക്കുക പോലും ചെയ്തു. ഞങ്ങളുടെ ആൾക്കാർ

ഇയാളെ കുറുക്കൻ എന്നു വിളിക്കുന്നു. കോളിൻ എന്ന റെഡ് ഫോക്സ്! അർദ്ഷീലിന്റെ സഹോദരനായ ഗ്ലെൻസിലെ ജെയിംസുമായി ആദ്യമായി അയാൾ ചങ്ങാത്തത്തിലായി. പക്ഷേ, അർദ്ഷീലിന് കാശെത്തിക്കുന്നതിൽ ഇതുകൊണ്ടൊന്നും ഒരു തടസ്സമുണ്ടായില്ലെന്നത് ഇയാളെ അരിശപ്പെടുത്തി. പകരം വീട്ടാനായി ഈ മനുഷ്യൻ എന്തു ചെയ്തെന്നോ ഞങ്ങളുടെ ആളുകളുടെ കൃഷിയിടങ്ങളെല്ലാം കണ്ടുകെട്ടി വില്പനയ്ക്കു വെച്ചു. എന്നാൽ ഞങ്ങളുടെ കൂട്ടത്തിലെ ചില ഉയർന്ന തരക്കാരുണ്ടല്ലോ, സ്റ്റവർട്ടുകൾ, മക്കോളുകൾ, മക്ക് റോബുകൾ എന്നൊക്കെ പറയുന്നവർ, കൂടുതൽ ഉയർന്നവില നൽകി ഇതെല്ലാം സ്വന്തമാക്കി. ക്യാംപ് ബെല്ലുകൾക്ക് ഒന്നും കിട്ടാതെയായി."

"ചെം കുറുക്കന് കണക്കിന് കിട്ടി എന്നർത്ഥം. അയാളുടെ കളികൾ തീരെ നടക്കാതെ പോയെന്ന്."

"പക്ഷേ, അങ്ങനെയൊന്നും പറയാൻ പറ്റുമെന്നു തോന്നുന്നില്ല. ഈ കേംപ്ബെലുകൾ ആരാണെന്നാ വിചാരം? ചെം കുറുക്കന്മാർ അത്രവേഗം തോറ്റുകൊടുക്കുമൊ? ഒരിക്കലുമില്ല. കുന്നിൻ പുറങ്ങളിൽ അയാളുടെ ചോര ഒഴുകിപ്പരക്കും വരെ അതു നടക്കാൻ പോകുന്നില്ല. അർദ്ഷീലിനെ ഒതുക്കാൻ അയാൾ ഏതറ്റംവരേയും പോകും. പാടങ്ങളെല്ലാം നശിപ്പിച്ച് പട്ടിണിക്കിട്ടിരിക്കയാണിപ്പോൾ. പക്ഷേ, ഞാനതിന് പ്രതികാരം ചെയ്യും. ഒരു ശക്തിക്കും അയാളെ അതിൽനിന്ന് രക്ഷിക്കാനാകില്ല. എന്റെ ഉറച്ച തീരുമാനമാണത്!"

"അയാളെക്കൊന്നിട്ട് ചേട്ടന് എന്തുനേട്ടമാണുണ്ടാകാൻ പോകുന്നത്? ഒരാൾ പോയാൽ മറ്റൊരാൾ. സർക്കാർ നടപടി ആ തരത്തിലാവില്ലേ? അത് ചേട്ടൻ വിചാരിച്ചാൽ ഒഴിവാക്കാൻ കഴിയുമോ?"

"പോരാട്ടങ്ങളിൽ നീ ആളൊരു മിടുക്കനാണ് ഡേവിഡ്. പക്ഷേ, സിരകളിലോടുന്നത് വിഗ് രക്തമാണെന്ന കുഴപ്പമുണ്ട്." കാരുണ്യം നിറഞ്ഞ സ്വരത്തിലാണ് അയാൾ അതു പറഞ്ഞതെങ്കിലും എന്തോ ചിലത് അതിൽ ഒളിഞ്ഞിരിപ്പുണ്ടെന്ന് എനിക്കു തോന്നി. ദേഷ്യം, പുച്ഛം, പരിഹാസം. വിഷയം മാറ്റുന്നതാവും

ബുദ്ധിയെന്ന് എനിക്കു തോന്നി. അലൻബക്ക് എന്ന ഈ മനുഷ്യനെ ഞാനിഷ്ടപ്പെടുന്നു. ഇയാളുടെ പല ഗുണവിശേഷങ്ങളെയും ആരാധിക്കുന്നു. എന്നാൽ കുറ്റങ്ങളും കുറവുകളും കാണാതിരിക്കാനും എനിക്കാവില്ല. ഇയാൾക്ക് പെട്ടെന്ന് ദേഷ്യം വരും. കുട്ടികളെപ്പോലെ കലഹിക്കും. ധീരനാണ്, തന്ത്രശാലിയാണ്, നൈപുണ്യമുണ്ട്. പക്ഷേ, കുറവുകളുമുണ്ട്.

കപ്പൽച്ചേതം

രാത്രി ഏറെ വൈകി ക്യാപ്റ്റൻ ഹൊറാസീസൻ റൗണ്ട് ഹൗസിൽ ഞങ്ങളിരിക്കുന്ന ഭാഗത്തേക്ക് എത്തി നോക്കി അലനെ വിളിച്ചു. അയാളാകെ സംഭ്രമിച്ച മട്ടായിരുന്നു. ഒന്നു വേഗം ഇങ്ങോട്ടു വരൂ, കപ്പലിന്റെ നിയന്ത്രണമേറ്റെടുക്കൂ എന്നാണ് അയാൾ പറഞ്ഞത്.

അത് അയാളുടെ എന്തോ സൂത്രമാണെന്ന് ഞങ്ങൾ ആദ്യം സംശയിച്ചെങ്കിലും അല്ലെന്ന് താമസിയാതെ വ്യക്തമായി. റീഫുകൾ നിറഞ്ഞ ഒരു ഭാഗത്താണ് കപ്പൽ ഇപ്പോൾ ഉള്ളതെന്ന്, ഭയങ്കരമായ അപകടം തന്നെ ഏതു നിമിഷവും പ്രതീക്ഷിക്കാമെന്ന് ഞങ്ങളറിഞ്ഞു.

അതിനകം ക്യാപ്റ്റനൊപ്പം ഞങ്ങൾ കപ്പലിന്റെ മുകൾത്തട്ടിലെത്തി നില്ക്കുകയായിരുന്നു. നല്ല ചന്ദ്രപ്രകാശമുള്ളതുകൊണ്ട് മുമ്പിലെ കാഴ്ചകൾ വ്യക്തമായി കാണാൻ കഴിഞ്ഞു. കടൽ പരമശാന്തമാണ്. ഏറെയകലെയല്ലാതെ മുമ്പിൽ വെള്ളം ധാരകളായി ഉയർന്ന് പൊങ്ങുന്ന കാഴ്ചകൾ ക്യാപ്റ്റൻ ഞങ്ങൾക്കു കാട്ടിത്തന്നു. കൂറ്റൻ പാറകളിൽ തിരയടിക്കുന്ന കോലാഹലം ഉയർന്നു കേട്ടു.

സംഗതിയുടെ ഗൗരവം അലനും മനസ്സിലായെന്നു തോന്നുന്നു. ഇത്തരം എത്രയോ കാഴ്ചകൾ കണ്ട അനുഭവം അയാൾക്കു

ണ്ടല്ലോ. "എങ്ങനെയെങ്കിലും എന്റെ കവനന്റിനെ പരുക്കൊന്നും പറ്റാതെ രക്ഷപ്പെടുത്തിത്തന്നാൽ മതി. വാഗ്ദാനം ചെയ്ത അറുപതു ഗിനി നിങ്ങൾ തന്നെ എടുത്തോ. അറുപതല്ല അറുന്നൂറുണ്ടായാലും അത് കവനന്റിനു തുല്യമല്ല." കരയുംപോലെ ക്യാപ്റ്റൻ പറഞ്ഞു.

സ്ഥിതിഗതികൾ പൂർണ്ണമായി മനസ്സിലാക്കിയെടുക്കാൻ പറ്റിയ മാപ്പുകളോ ചാർട്ടുകളോ ഒന്നും അയാളുടെ കൈയിലില്ലായിരുന്നു. അയാൾ ഇത്രയേറെ പരിഭ്രമിക്കാൻ അതാണു കാരണം. പിന്നെ ഇത്തരം അടിയന്തര ഘട്ടങ്ങളിൽ തുണയാകേണ്ട മേറ്റ് ഷ്വാനും വിട്ടു പിരിഞ്ഞിരിക്കുന്നു. ആത്മവിശ്വാസമെല്ലാം നഷ്ടപ്പെട്ട മട്ടിലാണ് രണ്ടുപേരുടെയും നില്പ്. ടോറൻ റോക്കുകൾ എന്ന പേരുമാത്രമല്ല കുപ്രസിദ്ധമായ പാറക്കൂട്ടങ്ങളാണവയെന്ന് അലൻ പറഞ്ഞു. തന്റെ അറിവു ശരിയാണെങ്കിൽ പത്തു നാഴികയോളം ചുറ്റളവുണ്ടാകുമവയ്ക്ക്. ഇടയ്ക്ക് അവിടെയുമിവിടെയുമായി കഷ്ടിച്ച് ഒരു കപ്പലിനു കടന്നു പോകാൻ പറ്റിയ വഴിയുണ്ടാകും. പക്ഷേ, ചെങ്കുത്തായ പാറക്കൂട്ടങ്ങളിലൊന്നും തട്ടാതെ കപ്പലിനെ നയിച്ച് വഴി കണ്ടെത്തുക എളുപ്പമല്ല. കടൽക്കരയോടടുത്ത് പാറകൾ തീരെയില്ലാത്ത ഒരു ഭാഗമുണ്ടെന്ന് താൻ കേട്ടിട്ടുണ്ട്. കഴിയുന്നതും വേഗം ആ ഭാഗത്തേക്ക് കപ്പലിനെ നയിക്കാൻ പറ്റുമോയെന്ന് ശ്രമിച്ചു നോക്കാം.

ഏതായാലും പിൻതിരിയുന്ന പ്രശ്നമില്ലെന്ന് ക്യാപ്റ്റൻ പറഞ്ഞു.

പാറകളെക്കുറിച്ച് കൃത്യമായി വിവരം നല്കാൻ അനന്തരം റിയയെ ഏറ്റവും മുകളിലേക്കയച്ചു. കുറച്ചുകൂടി അടുത്തെത്തിയതും പാറക്കൂട്ടങ്ങളുടെ യഥാർത്ഥ സ്വത്വം വെളിവായി. രാക്ഷസാകാരം പൂണ്ട് തലയുയർത്തി നില്ക്കുകയാണവ അപ്പോൾ ഞങ്ങളുടെ മുമ്പിൽ. മുകളിൽ നിന്ന് റിയാ വിളിച്ചു പറഞ്ഞ നിർദ്ദേശമനുസരിച്ച് അലൻ വഴിമാറ്റിക്കൊണ്ടിരുന്നു.

ആ സമയത്ത് ക്യാപ്റ്റനും റിയയും പ്രദർശിപ്പിച്ച ധൈര്യം കണ്ട് തീർച്ചയായും ഞാനവരുടെ ആരാധകനായി മാറി. അലന്റെ മുഖം പക്ഷേ, വാടിയിരുന്നു. ഈ രീതിയിലുള്ള ഒരന്ത്യം താനാഗ്രഹിക്കുന്നില്ലെന്ന് അയാൾ പറഞ്ഞു. പേടിയൊന്നും തനിക്കില്ല.

എന്നാൽ ഇവിടെയെന്തെങ്കിലും സംഭവിച്ചാൽ തീരെ തണുപ്പ നായ ഒരന്ത്യമായിരിക്കുമത്. തന്നെപ്പോലൊരാൾക്ക് അതു തീരെ ചേരില്ല. കപ്പലിനെ നിയന്ത്രിക്കാൻ അയാൾ കഠിനമായി ശ്രമിച്ചു കൊണ്ടിരുന്നു.

അതിനിടെ പാറക്കൂട്ടങ്ങളില്ലാത്ത ഭാഗം കണ്ടതായി റിയ അറിയിച്ചു. കപ്പലിനെ രക്ഷിച്ചതിന് ക്യാപ്റ്റൻ അലനെ അഭി നന്ദിച്ചു. കണക്കു തീർക്കുമ്പോൾ തീർച്ചയായും അതു കൂടി പരിഗണിക്കുമെന്ന് അറിയിച്ച അയാൾ തന്റെ വാക്കുപാലിക്കു മെന്നു തന്നെ ഞാൻ ഉറച്ചു വിശ്വസിച്ചു. അയാളെ സംബന്ധി ച്ചിടത്തോളം ആ കപ്പൽ അയാളുടെ ജീവന്റെ ജീവനാണെന്ന് ഇതിനകമെനിക്കു മനസ്സിലാക്കാൻ കഴിഞ്ഞിട്ടുണ്ടല്ലോ.

എന്നാൽ, പ്രതീക്ഷിച്ചതുപോലെ ആപത്ത് ഒഴിഞ്ഞുമാറി യിട്ടില്ലെന്ന് താമസിയാതെ വ്യക്തമായി. പെട്ടെന്ന് ആകാശം മുട്ടെ ഉരുണ്ടുവന്ന ഒരു തിര കപ്പലിനെയിട്ട് അമ്മാനമാടി. അതിന്റെ ശക്തിയിൽ കപ്പൽ ഒരു പാറയിൽ ചെന്നിടിച്ചു. അതിന്റെ ശക്തി യിൽ എല്ലാവരും ഡക്കിലേക്ക് തെറിച്ചു. പാമരത്തട്ടിലായിരുന്ന റിയ കഷ്ടിച്ചു രക്ഷപ്പെട്ടെന്നേയുള്ളൂ. മുങ്ങിത്താഴുന്ന കപ്പലിനെ രക്ഷപ്പെടുത്താൻ ജോലിക്കാരിൽ അവശേഷിച്ചവർ വഞ്ചികൾ അഴിച്ചു വിടാൻ നോക്കി. മുറിവേറ്റ് അവശരായി അനങ്ങാൻ വയ്യാതെ കിടന്നവർക്ക് ദീനമായി കരയാൻ മാത്രമേ കഴിഞ്ഞു ള്ളൂ. മുൻഭാഗത്തെ ചെറു മുറികളിൽ നിന്ന് അവരുടെ കൂട്ടനില വിളി ഉയർന്നുകൊണ്ടിരുന്നു. പ്രാണനുവേണ്ടി കേഴുകയാണ്! എന്നാൽ ക്യാപ്റ്റൻ അതു കേട്ടമട്ടില്ല. കവനെന്റുപോലെയൊരു കപ്പൽ മുങ്ങിത്താഴുന്നത് അയാൾക്ക് സങ്കല്പിക്കാനേ കഴിയു ന്നില്ല. അതിന്റെ ഭാഗങ്ങൾ പാറയിൽ ഓരോ തവണ അടിച്ച പ്പോഴും നിസ്സഹായനായ ഒരു കുട്ടിയെപ്പോലെ അയാൾ കരഞ്ഞു.

ഒരു പാവം പയ്യനെ കൊല്ലുന്നതു കണ്ടിട്ടും കണ്ടില്ലെന്നു നടിച്ചുനിന്ന മനുഷ്യനാണ്. ഇപ്പോൾ ഒരു കപ്പൽ തകരുന്നതു കണ്ടിരിക്കാൻ അയാൾക്കാകുന്നില്ല. എന്തെല്ലാം തരം മനുഷ്യ രാണ് ഈ ലോകത്തിൽ!

കൃത്യമായും അത് ഏതാണ് സ്ഥലമെന്ന് ഞാൻ അലനോടു തിരക്കി. കേംപലുകളുടെ പ്രവിശ്യയാണെന്നും തനിക്കു പറ്റാത്ത

സ്ഥലമാണെന്നും അയാൾ മറുപടി പറഞ്ഞു. അതിനിടെ വഞ്ചികൾ അഴിച്ച് റെഡിയാക്കി വച്ചു കഴിഞ്ഞു. തക്ക സമയത്ത് അവ വെള്ളത്തിലിറക്കി രക്ഷപ്പെടണം. പെട്ടെന്നതാ മലപോലെ ആ തിര വന്ന് ഞങ്ങളെ വിഴുങ്ങുന്നു. നോക്കുമ്പോൾ, ഞാൻ വെള്ളത്തിനു നടുവിലാണ്. മുങ്ങിയും പൊങ്ങിയും അങ്ങനെ ഏറേ നേരം കഷ്ടപ്പെട്ടു. വെള്ളത്തിൽ ഞാനതാ മുന്നോട്ടു മുന്നോട്ടു പോകുന്നു. എന്റെ ബോധം നഷ്ടപ്പെട്ടു പോകുന്നു.

കുറേ കഴിഞ്ഞ് ബോധം വന്നപ്പോൾ ഒരു പൊങ്ങു പലകയിൽ പറ്റിക്കിടന്ന് സഞ്ചരിക്കുന്നതാണ് കണ്ടത്. ആ ഒരു വയ്ക്കോൽത്തുരുമ്പ് എന്നെ രക്ഷിച്ചു എന്നു പറയാം. അലകളോ തിരകളോ ഇല്ലാതെ ശാന്തമായി കിടക്കുന്ന കടൽ. മുങ്ങിക്കൊണ്ടിരിക്കുന്ന കപ്പലിൽ നിന്ന് ഏറെ ദൂരത്താണെന്ന് താമസിയാതെ മനസ്സിലായി. വഞ്ചികൾ വെള്ളത്തിലിറക്കിയിട്ടുണ്ടോയെന്ന് ഇവിടെ നിന്നു നോക്കിയാൽ കാണാനാകുന്നില്ല. കരയാണ് കൂടുതലടുത്തെന്നു വ്യക്തമായി. പക്ഷേ, എനിക്കു നീന്താനറിഞ്ഞുകൂടല്ലോ. എങ്കിലും മരക്കഷണത്തിൽ പറ്റിച്ചേർന്നു കിടന്ന് കൈയിട്ടടിച്ചുകൊണ്ടിരുന്നു. ഏറെ വിഷമിച്ചെങ്കിലും ശ്രമം തുടർന്നു! കരയുടെ നേർക്കാണ് നീങ്ങുന്നതെന്ന് മനസ്സിലായി. പക്ഷേ, വേഗത തീരെ പോര. ഏതായാലും ഒരു മണിക്കൂർ നേരത്തെ കഠിനശ്രമം കൊണ്ട് ആഴം കുറഞ്ഞ ഭാഗത്തെത്തി. കാലുകൾ നിലത്തു മുട്ടിക്കാമെന്ന് ഉറപ്പായി. തുടർന്ന് തുഴഞ്ഞ് ധൈര്യമായി മുന്നോട്ടു നീങ്ങി. ക്ഷീണമാണോ നന്ദിയാണോ കൂടുതൽ തോന്നിയത് എന്നു നിശ്ചയമില്ല. ഏതായാലും ഇത്രയും തളർച്ച അതിനു മുമ്പു താൻ അനുഭവിച്ചിട്ടില്ലെന്നു തീർച്ച. പതിവുപോലെ ആദ്യം ദൈവത്തിനും സ്തുതി പറഞ്ഞു. പക്ഷേ, ഇക്കുറിയതിന് എത്രയോ വലിയ കാരണമുണ്ടെന്ന് ആ സമയം നല്ല ബോദ്ധ്യമുണ്ടായിരുന്നു.

വെള്ളിബട്ടൺ

ജീവിതത്തിൽ ഞാൻ അനുഭവിച്ച ഏറ്റവും ദുഃഖകരമായ സാഹസങ്ങൾ അപരിചിതമായ ആ കടൽത്തീരത്തുനിന്ന് ആരംഭിച്ചു. നല്ല തണുപ്പുണ്ടായിരുന്നു അന്നത്തെ രാത്രിക്ക്. ആകെ നനഞ്ഞു വിറച്ചും ഒറ്റപ്പെട്ടും വല്ലാത്ത ഒരനുഭവമായിരുന്നു. ആകെ മരവിച്ചു പോകുമെന്നുറപ്പായതിനാൽ ഇരിക്കാനോ കിടക്കാനോ വയ്യ. മണപ്പുറത്തിലൂടെ അങ്ങോട്ടുമിങ്ങോട്ടും നടന്ന് തണുപ്പിനെ അകറ്റാൻ ശ്രമിച്ചു. തികച്ചും ആൾ ശൂന്യമായ പ്രദേശം. മനുഷ്യർ പോയിട്ട് ഒരു ചെറുജീവിയെപ്പോലും കാണുന്നില്ല.

നേരം പുലരാനായെന്നു താമസിയാതെ വ്യക്തമായി. നേരം വെളുത്തതും മുമ്പിൽ കണ്ട കുന്നിനു മുകളിൽ കയറി ചുറ്റും നോക്കി. ഞങ്ങൾ സഞ്ചരിച്ച കപ്പലിന്റെ അവശിഷ്ടങ്ങൾ പോലും കാണാനുണ്ടായിരുന്നില്ല. അപ്പാടെ അതങ്ങു മുങ്ങിപ്പോയിട്ടുണ്ടാവുമെന്നു തോന്നി. രക്ഷപ്പെടാൻ സഹായിച്ച ചെറുതോണിയേയും കാണാനില്ല. ശൂന്യമായി പരന്നു കിടക്കുന്ന കടൽ. ശൂന്യവും വിജനവുമായ കടൽത്തീരം. കൂടുതലൊന്നുമാലോചിക്കാതെ നേരെ കിഴക്കോട്ടു നടന്നു. താല്ക്കാലികമായ ഒരാശ്രയം. കൂട്ടുകാരനെക്കുറിച്ചുള്ള വിവരം. അടിയന്തരമായ ആവശ്യം അതായിരുന്നു.

കുറച്ചുനടന്നപ്പോൾ അത്രചെറുതല്ലാത്ത ഒരു കൈത്തോട്

കുറുകെ കാണായി. കടലിന്റെ ഭാഗമായതുകൊണ്ട് നല്ല ആഴം കാണുമെന്നതിനാൽ ഇറങ്ങിക്കടക്കാൻ മുതിരാതെ അതിന്റെ തീരത്തിലൂടെ മുന്നോട്ടു നടന്നു. വെള്ളത്തിൽ ചുറ്റപ്പെട്ട ഒരു വിജനദ്വീപാണതെന്ന് താമസിയാതെ മനസ്സിലായി. അങ്ങനെയിരിക്കെ മഴ പെയ്യാൻ തുടങ്ങി. നേരം ഏറെയായിട്ടും സൂര്യനെ കണ്ടതേയില്ലെന്നോർത്തു. ഇനിയും മുമ്പോട്ടു നടന്നിട്ടു കാര്യമില്ലെന്നു തോന്നി. അതുകൊണ്ട് പുറപ്പെട്ട ഇടത്തേക്കു തന്നെ മടങ്ങി.

കടപ്പുറത്ത് അഭയംനല്കിയ മരപ്പലക കണ്ടുപിടിക്കാൻ നോക്കിയെങ്കിലും ഫലമുണ്ടായില്ല. എങ്ങോട്ടോ ഒഴുകിപ്പോയിരിക്കുന്നു. കിട്ടിയിരുന്നെങ്കിൽ അതുപയോഗിച്ച് തോടുകടക്കാമായിരുന്നു. ഇനിയതു നടക്കില്ല. നിലത്തു കിടന്ന് തേങ്ങിക്കരഞ്ഞു. തണുപ്പും മഴയും സഹിച്ച് രണ്ടുദിവസം ആ മണപ്പുറത്തു കഴിച്ചു. കൂനിന്മേൽ കുരുവായി പനിയും പിടിച്ചു. വിശപ്പു സഹിക്കാനാകാതെ കക്കകൾ പൊട്ടിച്ച് പച്ചയിറച്ചിയെടുത്തു തിന്നേണ്ടി വന്നു. ഓക്കാനം വന്നെങ്കിലും പിടിച്ചു നിന്നു.

പുസ്തകങ്ങളിൽ വായിച്ചു പരിചയമുള്ള ഒരുകാര്യം ഓർമ്മ വന്നു. കപ്പൽച്ചേതം വന്ന് തീരങ്ങളിൽ ഒറ്റപ്പെടുന്നവരെക്കുറിച്ചുള്ള പലകഥകളും എനിക്കു പരിചയമുണ്ടാകും. അപകടത്തിൽ പെട്ട കപ്പലിൽ നിന്ന് ഒഴുകിയെത്തിയ പല സാധനങ്ങളും കരയിൽ അന്വേഷിച്ചാൽ കണ്ടെത്താൻ കഴിയുമത്രെ. എന്നാൽ ഏറെ നേരം അന്വേഷിച്ചിട്ടും ഒന്നും കണ്ടെത്താനായില്ല. കൈയിൽ കുറച്ച് നാണയങ്ങൾ ഉണ്ടായിരുന്നതു നഷ്ടപ്പെട്ടിട്ടില്ല. പിന്നെ അലൻ സമ്മാനമായി നല്കിയ ആ വെള്ളിബട്ടണും.

ക്ഷീണിച്ചു തളർന്ന് പനി പിടിച്ചും മര്യാദയ്ക്ക് ഭക്ഷണം കഴിക്കാതെ ശോഷിച്ചും എന്റെ കാര്യമിപ്പോൾ ഒരു പിച്ചക്കാരനിലും കഷ്ടമാണ്. മലപ്രദേശത്തു വളർന്ന ഒരു പയ്യനെന്ന നിലയിൽ കടൽക്കരയുടെ ഭൂപ്രകൃതിയെക്കുറിച്ച് തീരെ പരിചയവുമില്ല. വഴി തെറ്റിയും വീണും വിശ്രമിച്ച് തളർച്ച മാറ്റി എവിടെയെല്ലാമോ അലഞ്ഞുനടന്നു.

ശക്തിയായ വേലിയേറ്റവും വേലിയിറക്കവും അനുഭവപ്പെടുന്ന ഒരു ചെറു ദ്വീപാണതെന്ന് അതിനകം മനസ്സിലായി. വേലി

യേറ്റ സമയത്ത് കൈത്തോട്ടിൽ വെള്ളം തീരെ കുറയും. ആ സമയം നോക്കി ഇറങ്ങി കടക്കാം. ആ ശ്രമം വിജയിച്ചു. സുഖമായി ഞാൻ മറുപുറമെത്തി. ചതുപ്പുകളും ഉരുളൻ പാറകളുമെല്ലാം നിറഞ്ഞ ദുർഘടമായ വഴിയായിരുന്നു. ഭാഗ്യത്തിന് നടക്കാൻ പറ്റിയ നിരത്തുണ്ട്. നടന്നു നടന്ന് ഒരു വീടിനടുത്തെത്തി. വീട്ടുമുറ്റത്തിരുന്ന് പുകവലിക്കുന്ന ഒരു മുതിർന്ന മനുഷ്യൻ. എന്നെ സ്വാഗതം ചെയ്തു. കപ്പൽച്ചേതത്തെക്കുറിച്ച് അയാൾക്കറിയാമായിരുന്നു. കപ്പലിലുണ്ടായിരുന്നവരെല്ലാം രക്ഷപ്പെട്ടെന്ന് മുറി ഇംഗ്ലീഷിൽ അയാൾ പറഞ്ഞു. അപകടമുണ്ടായതിന്റെ പിറ്റേ ദിവസം തന്നെ അവർ ആ വഴി നടന്നു പോയത്രെ. തുടർന്ന് അലന്റെ ശരീര ലക്ഷണങ്ങൾ വർണ്ണിച്ചു കേൾപ്പിച്ചു തിരക്കിയപ്പോൾ, വെള്ളി ബട്ടൺ കൈയിലുള്ള പയ്യനാണോ എന്ന് തിരക്കി. ഉവ്വെന്നു പറഞ്ഞതും അകത്തു ചെന്ന് ഒരു കുറിപ്പെടുത്തു കൊണ്ടുവന്ന് എനിക്കു തന്നു. "ടൊറെക്കസാ വഴി ചങ്ങാതിയുടെ നാട്ടിലേക്കു പോവുക" എന്ന് അതിൽ എഴുതിയിരുന്നു.

തുടർന്ന് ആ മനുഷ്യൻ അയാളുടെ ഭാര്യയെ പരിചയപ്പെടുത്തി. ആ നല്ല സ്ത്രീ പുഞ്ചിരി പൊഴിച്ചുകൊണ്ട് എനിക്ക് ഓട്ട്സും ഇറച്ചിക്കറിയും വിളമ്പിത്തന്നു. ഇംഗ്ലീഷറിയാത്തതു കൊണ്ടാണ് സംസാരിക്കാത്തതെന്ന് മനസ്സിലായി. ഒരു രാജകൊട്ടാരത്തിൽ എത്തിപ്പെട്ട പ്രതീതിയാണ് ആ കൊച്ചു പുരയിൽ എനിക്കനുഭവപ്പെട്ടതെന്നു പറയാതെ വയ്യ.

പിറ്റേന്ന് ഉച്ചവരെ കിടന്നുറങ്ങി ക്ഷീണം മാറ്റിയ ശേഷം വീണ്ടും നിരത്തിലിറങ്ങി. എറയ്സ് എന്ന ഈ സ്ഥലത്തു നിന്ന് ടൊറൊസയിലേക്ക് അമ്പതു നാഴിക ദൂരമുണ്ട്. പക്ഷേ, ആ മാന്യദേഹം നല്കിയ നിർദ്ദേശങ്ങൾ ഉണ്ടായിട്ടും വഴിതെറ്റി ഒരു നൂറു നാഴികയെങ്കിലും അലഞ്ഞുതിരിയേണ്ടി വന്നു.

ടൊറൊസ കടവിലെത്താൻ എല്ലാം കൂടി നാലുദിവസമെടുത്തു. വഴി നീളെ ചെറിയ ചെറിയ വയൽക്കൂട്ടങ്ങൾ കാണാൻ കഴിഞ്ഞു. അവയിൽ പണിയെടുക്കുന്ന പാവപ്പെട്ട കൃഷിക്കാരുമായി പരിചയപ്പെടാൻ അവസരം ലഭിച്ചു. കൃഷി തീരെ മോശമായിരുന്നു. കൃഷിക്കാർ എല്ലും തോലുമായിരുന്നു. തെരുവോരങ്ങ

ളിൽ പിച്ചതെണ്ടി അലയുന്നവർ ഇഷ്ടംപോലെയുണ്ടായിരുന്നു. എന്നാൽ കുറേക്കൂടി ഉയരങ്ങളിൽ എത്തിയതും ജനങ്ങളുടെ പ്രകൃതമൊക്കെ മാറി. ആരോഗ്യവും അന്തസ്സുമുള്ള ആളുകൾക്ക് അവിടെ ഒരു കുറവുമുണ്ടായിരുന്നു. ആ നാട്ടിൽ പിച്ചക്കാർക്കു പോലും അവരുടേതായ ഒരു മാന്യതയുണ്ടെന്നു തോന്നി. മൂക്കു പൊടി വാങ്ങിക്കാൻ ചില്ലറതരൂ എന്ന് ചോദിച്ചാണ് അവർ കാശ് ആവശ്യപ്പെട്ടത്! എന്നാൽ ഇംഗ്ലീഷു സംസാരിക്കുന്നവർ അവിടെയും നന്നെ കുറവായിരുന്നു. അറിയാവുന്നവർപോലും സംസാരിക്കാൻ മടി കാണിച്ചു. വഴി ചോദിച്ചപ്പോഴേക്കും അവ്യക്തമായ ഗല്യഭാഷയിൽ അതുമിതും പുലമ്പിയത് ഗുണത്തേക്കാളേറെ ദോഷം ചെയ്തു. പലസ്ഥലങ്ങളിലും അലഞ്ഞു നടന്ന് സമയം നഷ്ടപ്പെടാൻ അതൊരു കാരണമായി. സഹായികളായി പ്രത്യക്ഷപ്പെടുന്നവരുടെയെല്ലാം കണ്ണുകൾ എന്റെ മടിശ്ശീലയിലെ നാണയങ്ങളിലായിരുന്നു താനും. സ്കോട്ട്ലന്റിൽ താഴെയുള്ള ദേശക്കാരും മലപ്രദേശക്കാരും തമ്മിൽ കടുത്ത ശത്രുതയിലാണെന്ന് താമസിയാതെ മനസ്സിലായി. നാല്പത്തിയഞ്ചിലെ മഹാവിപ്ലവം ക്രൂരമായി അടിച്ചമർത്തിയവരല്ലേ ഈ ഇംഗ്ലീഷുകാർ? ഉയർന്ന പ്രദേശങ്ങളിലുള്ളവർക്ക് ജീവിക്കാൻ പല വിലക്കുകളുമുണ്ട്. ആയുധങ്ങൾകൊണ്ടു നടന്നുകൂട. മലനാടുകളുടെ തനിമയായ വസ്ത്രധാരണരീതിയും നിഷിദ്ധമാണ്. എന്നാൽ താഴ്ന്ന പ്രദേശക്കാരുടെ വേഷത്തിൽ നടക്കാനിവർ തയ്യാറായില്ലതാനും. അതുകൊണ്ട് തോന്നിയപോലെ വേഷംകെട്ടി നടക്കും. കൗപീനമൊഴിച്ചു മറ്റൊന്നും ധരിക്കാതെ നടക്കുന്നവരെപ്പോലും കണ്ടു. ചിലരുടെ രീതി അതിലും വിചിത്രം. ട്രൗസർ ധരിക്കാതെ അത് മുതുകിൽ ചുമന്നു നടക്കും! ഈ രീതിയിൽ ഏതു വേഷവും കെട്ടി നടന്നാൽ പിഴ കൊടുക്കേണ്ടിയും വരും. സ്വത്വ നിഷേധത്തിനെതിരെയുള്ള തനിമയുള്ള ഒരു പ്രതിഷേധരീതി യായിരുന്നു അത്.

ഏതായാലും ടൊറൊസെ കടവിലെത്തിയത് നിറയെ ആവേശത്തോടെയാണ്. നല്ല ഭക്ഷണവും വിശ്രമവും ആരോഗ്യം ഏറെ മെച്ചപ്പെടുത്തിയിരിക്കുന്നു. നിശ്ചിതസ്ഥലത്തെത്തിയാൽ

അലനെ കാണാൻ കഴിയുമെന്ന പ്രതീക്ഷയും വർദ്ധിച്ചിരിക്കുന്നു.

കടവിൽ തോണിക്കാരുമായി പരിചയപ്പെട്ടു. പേര്: നീൽ റൊയ് മക്റോസ്. അലന്റെ കുലത്തിൽപ്പെട്ട ആളാണ്. അപ്പിനിന്റെ ആളാണോ എന്ന് രഹസ്യമായി തിരക്കി. ആണെങ്കിൽ എന്ത് എന്ന് ചോദ്യം മറുപടിയായി കിട്ടി. അലൻ ബ്രക്ക് എന്ന പേര് പറഞ്ഞിട്ടും പക്ഷേ, മുഖത്തെ ഗൗരവം കുറഞ്ഞില്ല. തുടർന്ന് ഞാനൊരു വിഡ്ഢിത്തം ചെയ്തു. ഒരു ഷില്ലിങ് എടുത്ത് കൈയിൽ പിടിപ്പിക്കാൻ നോക്കി. പെട്ടെന്ന് ആ മനുഷ്യൻ പിന്നോട്ട് മാറി. കടുപ്പിച്ച് എന്നെയൊന്നു നോക്കി. അടികിട്ടാത്തതു ഭാഗ്യമായി കരുതിയാൽ മതി. ഇത് ഇനി ആവർത്തിക്കരുതെന്ന് കർശനമായ നിർദ്ദേശം നല്കി എന്നെ ഒഴിവാക്കാൻ ശ്രമിച്ചു.

പറ്റിയ അബദ്ധം നോക്കണേ! കാശിനു പകരം ആ വെള്ളി ബട്ടൻ ആയിരുന്നു അയാളെ കാണിക്കേണ്ടിയിരുന്നത്. അങ്ങനെയൊരു മുദ്ര കൈയിലുള്ളത് അപ്പോൾ ഓർക്കാൻ തോന്നിയില്ല. ഏതായാലും നിങ്ങൾക്കു കാണേണ്ട ആ മനുഷ്യൻ ഫ്രാൻസിലാണെന്നു പറഞ്ഞു. ഇനി അഥവാ അദ്ദേഹം ഇവിടെ ത്തന്നെയുണ്ടെങ്കിലും, നിങ്ങളുടെ അരപ്പട്ട നിറയെ സ്വർണ്ണനാണയങ്ങളാണെങ്കിലും അയാളുടെ രോമത്തിൽപ്പോലും നിങ്ങൾക്കെന്നല്ല ആർക്കും തൊടാൻ കഴിയില്ലെന്നു കൂട്ടിച്ചേർക്കുകയും ചെയ്തു.

എന്തോ, ആ സമയം സിൽവർ ബട്ടണിനെക്കുറിച്ചോർക്കാൻ തോന്നിയതു ഭാഗ്യം. അതെടുത്ത് ആ മനുഷ്യനെ കാട്ടിയതും അയാളുടെ ഭാവം മാറി. സാരമില്ല, വൈകിയെങ്കിലും ഇതു ചെയ്യാൻ തോന്നിയല്ലോ എന്ന് അടുത്ത നിമിഷം സമാധാനിപ്പിച്ചു. അപ്പോൾ അലന്റെ ആളായ ആ പയ്യൻ നീയാണ് അല്ലേ എന്ന് പറഞ്ഞ് ആശ്ലേഷിച്ചു.

എന്റെ സുരക്ഷ ഇനി അയാളുടെ കൈയിലാണെന്ന് ഞാൻ മനസ്സിലാക്കി. "പക്ഷേ, ഒരു കാര്യമുണ്ട്." അയാൾ കർശനമായ സ്വരത്തിൽ മുന്നറിയിപ്പു നല്കി. "തന്റെയീ വൃത്തികെട്ട നാണ

യങ്ങൾ ഈ നാട്ടിൽ എടുത്തു പ്രയോഗിക്കാൻ നോക്കരുത്. അങ്ങനെ ചെയ്താൽ അപ്പോൾ നീ കാര്യമറിയും!"

പശ്ചാത്താപം കൊണ്ടു കാര്യമില്ലെന്നറിയാവുന്നതുകൊണ്ട് നിശ്ശബ്ദത പാലിച്ചു. അയാളെ ആദ്യം കണ്ടപ്പോൾ തന്നെ ഒരു മാന്യവ്യക്തിയായി തോന്നാത്തത് എന്റെ വിവരക്കേട്. അതു പുറത്തു പറയാൻ പറ്റുമോ? അനന്തരം പോകേണ്ട വഴിയെക്കുറിച്ച് റൊയ് എനിക്ക വ്യക്തമായ ധാരണ തന്നെ നല്കി. അപ്പിനിൽ എത്തണം ജെയിംസിനെ കാണണം. മൂന്നു ദിവസത്തെ യാത്രയ്ക്കിടയിൽ വഴിയിൽ കാണുന്ന ആരോടും സംസാരിക്കരുത്. വിഗുകൾ, കേംപ്ബെല്ലുകൾ, റസ്കോട്ടുകൾ എന്നീ മൂന്നു വിഭാഗങ്ങളുമായി ഒരു തരത്തിലും ബന്ധപ്പെടരുത്. വഴിയിലൂടെ ആരാനും വരുന്നുണ്ടെന്നു കണ്ടാൽ വല്ല കുറ്റിക്കാട്ടിലും ചെന്ന് ഒളിക്കാൻ നോക്കണം. പെരുമാറ്റം കണ്ടാൽ വല്ല പിടിച്ചു പറിക്കാരനോ ജെക്കോബൈറ്റുകാരനോ എന്നേ തോന്നാവൂ.

ഞാനൊരു ജെക്കോബൈറ്റ്കാരനാണെന്നായിരുന്നു റൊയ്യുടെ വിചാരം. രാത്രി കിൻലൊചനൈലിനിലെ ഒരു സത്രത്തിൽ തങ്ങി. കാലത്തുണർന്ന് അർഡ്ഗൗർ ലക്ഷ്യമാക്കി പുറപ്പെട്ടു. വഴിയിൽ കുറുകിത്തടിച്ച ഹെൻഡർലിന്റ് എന്ന പാതിരിയച്ചനുമായി പരിചയപ്പെട്ടു. ആൾ തീരദേശക്കാരനാണ്. സ്വന്തം നാട്ടുഭാഷയിലുള്ള സംസാരംകേട്ട് മനസ്സു പുളകിതമായി. എത്ര നാളുകൾക്കു ശേഷമാണ് അങ്ങനെയൊന്നു കേൾക്കുന്നത്. കേംപ്ബെൽ അച്ചനെ പരിചയമുണ്ട്. അങ്ങേയറ്റം ആദരവോടെയാണ് സംസാരിച്ചത്. അദ്ദേഹമെഴുതിയ പുസ്തകം അപ്പോൾ വായിച്ചുകൊണ്ടിരിക്കുന്നു. മതഗീതങ്ങളാണ്. ഗല്യഭാഷയിലുള്ള വിവർത്തനം.

ക്രിസ്തീയ വിശ്വാസം പ്രചരിപ്പിക്കാൻ ഇതെല്ലാം ഉപയോഗിക്കുന്നു. ഗല്യഭാഷ മാത്രം സംസാരിക്കുന്നയിടങ്ങളിൽ ഈ രീതിയിൽ ചെയ്യാൻ കഴിയുന്നു. രണ്ടുപേർക്കു ഒരേ വഴിയാണ് പോകേണ്ടതെന്നത് ഇരട്ടി സന്തോഷമായി.

ഉയർന്ന പ്രദേശങ്ങളിൽ അസ്വസ്ഥതകൾ ഉരുണ്ടുകൂടുന്നതിനെക്കുറിച്ച് അച്ചൻ വിശദമായി സംസാരിച്ചു. അപ്പിൻ കുടി

കിടപ്പുകാരെ എന്തു വില കൊടുത്തും അവരുടെ തോട്ടങ്ങളിൽ നിന്ന് തുരത്തിയോടിക്കുമെന്ന രാജാവിന്റെ നാട്ടുകാരനായ കോളിൻ ക്യാംപ്ബെൽ അയാൾക്ക് ഉറപ്പു കൊടുത്തിട്ടുണ്ടത്രെ. മമോറെ പ്രവിശ്യയിലെ ക്യാമറോണുകളെയും അതേരീതിയിൽ കൈകാര്യം ചെയ്യാനാണ് തീരുമാനം. ഈ ഭാഗത്തെ ഭരണത്തിൽ റെഡ്ഫോക്സിനു പങ്കുണ്ട്. എന്നാൽ ജനങ്ങൾക്ക് അതു സ്വീകാര്യമല്ല. അവർ കലാപമുണ്ടാക്കുന്നു. ഒഴിപ്പിക്കൽ നാളെ ആരംഭിക്കാനാണ് തീരുമാനം. കടുത്ത എതിർപ്പുതന്നെയുണ്ടാകും. പ്രതിയോഗികളുടെ കൈകളിൽ കിടന്നാകും കോളിൻ ക്യാംപ്ബെലിന്റെ അന്ത്യം.

അച്ചൻ എന്നെ ലിന്നെ ലോക്ക് തീരത്തുള്ള അയാളുടെ വീട്ടിലേക്ക് രാത്രി ചെലവഴിക്കാൻ ക്ഷണിച്ചു. നന്ദിപൂർവ്വം ഞാനതു സ്വീകരിച്ചു. കാലത്തുണർന്നാൽ പുഴയിലൂടെ തോണിയിൽ എന്നെ അപ്പിൻ നാട്ടിലെത്തിക്കാൻ ഏർപ്പാടു ചെയ്തു. ആറു പെനി പോക്കറ്റിലിട്ടു തരാനും ദയകാട്ടി. നല്ലവനായ ഒരു മനുഷ്യൻ സ്നേഹപൂർവ്വം നല്കുന്നതു നിരസിക്കുന്നതെങ്ങനെ? അതുകൊണ്ടു മാത്രം എതിർത്തൊന്നും പറഞ്ഞില്ല. സ്വതേ ദരിദ്രനായ അച്ചൻ നിമിത്തം കൂടുതൽ ദരിദ്രനായി എന്നു മാത്രം!

ചെം കുറുക്കന്റെ അന്ത്യം

ലിന്നെലോക്ക് ലക്ഷ്യമാക്കി വഞ്ചി പുറപ്പെട്ടപ്പോൾ സമയം ഏതാണ്ട് ഉച്ചയായിക്കാണും. ഈ ഭാഗങ്ങളിൽ കടലിന് ആഴം കൂടുതലാണ്. നിശ്ചലവും. ഇരുഭാഗത്തും വെറും മൊട്ടക്കുന്നുകളാണ്. പുല്ലുപോലും മുളയ്ക്കുന്നില്ലെന്നു തോന്നും. നല്ല പൊക്കം. പരുപരുപ്പ്. മേഘങ്ങളുടെ ഇരുളിലവ കൂടുതൽ ഇരുണ്ടു കാണപ്പെട്ടു. എന്നാൽ പള്ളികളിലൂടെ ഒഴുകിയിറങ്ങിയ കുഞ്ഞരുവികളുടെ വെള്ളിനൂലുകൾ ആകർഷകമായ ഒരു കാഴ്ചതന്നെയാണെന്നു പറയാതെ വയ്യ. സൂര്യരശ്മികളേറ്റ് അവ ചിന്നിത്തിളങ്ങി.

ഏതാണ്ട് കടവിന്റെ പകുതിയായപ്പോൾ മുമ്പിൽ അധികമല്ലാതെ ചുവപ്പുനിറമുള്ള പുറം കുപ്പായങ്ങളുടെ നിര പ്രത്യക്ഷപ്പെട്ടു. വാളുകളുടെ തിളക്കവും. തോണിക്കാരനോടു തിരക്കിയപ്പോൾ റെഡ്കോട്ടുകളെപ്പറ്റി പറഞ്ഞു. ഫോർട്ട് വില്യമിൽനിന്ന് അപ്പിനെ ലക്ഷ്യമാക്കി പോകുന്നവരാകാം. കുടിയാന്മാരെ ഓടിക്കാനുള്ള പുറപ്പാടാണെന്നു വ്യക്തം.

ജോർജ് രാജാവിന്റെ ഈ പട്ടാളത്തെ കണ്ടപ്പോൾ സത്യം പറഞ്ഞാൽ ദുഃഖം തോന്നി.

കുന്നുകൾക്കു കീഴെ ഒരു ബിർച്ചുമരക്കാടുവരെ അനുഗമിച്ച് തോണിക്കാരൻ തിരിച്ചുപോയി. തീരെ പരുക്കനായ ഒരു

നിരത്തു കണ്ടു. അതിന്റെ ഓരത്തിരുന്ന് അച്ചൻ ഭാണ്ഡത്തിൽ വെച്ചുതന്നെ ഓട്സ് ബ്രഡ്ഡെടുത്ത് കഴിച്ചു. അടുത്ത നടപടിയെന്ത് എന്ന് ചിന്തിക്കാതിരിക്കാൻ കഴിഞ്ഞില്ല. ഒന്നിലധികം വഴികൾ മുമ്പിലുണ്ട്. അലനെപ്പോലെയൊരു ബഹിഷ്കൃതന്റെ കൂടെകൂടാം. അല്ലെങ്കിൽ തെക്കോട്ടു നടന്ന് സ്വന്തം നാടുപിടിക്കാം. പെട്ടെന്ന് ബിർച്ചുമരക്കാട്ടിൽ നിന്ന് കുതിരകളുടെ കുളമ്പടിയൊച്ച കേട്ടു. ഒരു കുതിരപ്പട മാർച്ചു ചെയ്ത് വരികയാണെന്നു മനസ്സിലായി. മുരണ്ട ശരീരവും ചെമപ്പുതലയുമുള്ള ഒരു മാന്യനാണ് മുമ്പിൽ. ചൂടു സഹിക്കാൻ വയ്യാത്ത മട്ടിൽ ഒരു വിശറികൊണ്ട് സ്വയം വീശിക്കൊണ്ടാണ് വരവ്. വെളുത്ത വിഗും കറുത്ത കോട്ടും തൊട്ടുപിന്നിലുള്ളത് വക്കീലാണെന്ന് വ്യക്തമാക്കി. പിന്നെയൊരാൾ അവിടെ ഉണ്ടായിരുന്നത് അവരുടെ പരിചാരകനാണെന്നു വ്യക്തം. വലിയൊരു പെട്ടിയോടൊപ്പം കുതിരപ്പുറത്തിരിക്കുന്നു. പിന്നെയൊരാൾ കൂടിയുള്ളത് നിയമപാലനത്തിന്റെ ഉത്തരവാദിത്വമുള്ള ഏതോ ഉദ്യോഗസ്ഥനാണെന്ന് വേഷം കണ്ടപ്പോൾ തോന്നി.

ഒരു കളികളിക്കാൻ തന്നെ ഞാൻ തീരുമാനിച്ചു. സഹകരിക്കാതെ കണ്ടതും എഴുന്നേറ്റുനിന്ന് വഴിമുടക്കിക്കൊണ്ട് ഔച്ചനിലേക്കുള്ള വഴിചോദിച്ചു. എന്തിന് അങ്ങനെ ചോദിച്ചു? എനിക്കു തന്നെ നിശ്ചയമില്ലായിരുന്നു. മുമ്പിൽ സഞ്ചരിച്ചപ്പോൾ വല്ലാത്ത ഒരു നോട്ടം നോക്കി. പിന്നെ പിന്നിലെയാൾക്കു നേരെ തിരിഞ്ഞു. “ഇങ്ങനെയൊരു ചോദ്യം ചോദിക്കേണ്ടി വന്ന ഇന്നത്തെ ഈ ദിവസം വിശേഷപ്പെട്ട ഒന്നുതന്നെ. അല്ലേ വക്കീലേ,” എന്നു പറഞ്ഞു. “നമ്മളാണെങ്കിലോ അതേ സ്ഥലത്തേക്കു പോകുന്നവർ. അപ്പോഴാണ് ഈ ചെക്കൻ കാട്ടിൽ നിന്ന് പുറത്തുചാടി വന്ന് വഴി ചോദിക്കുന്നത്. ഇതൊരു ശുഭലക്ഷണമായി കണ്ടുകൂടേ? വക്കീൽ എന്തു പറയുന്നു?”

തുടർന്ന്, ഔച്ചനിൽ ചെന്നിട്ട് നിനക്കെന്തു കാര്യമെന്നു തിരക്കി. അവിടെ ഒരാളെ കാണാനുണ്ടെന്ന് അപ്പോൾ ഞാൻ പറഞ്ഞു. ഗ്ലെൻസിലെ ജെയിംസിനെയായിരിക്കുമെന്ന് ആ മനുഷ്യൻ ചിന്തയിലാണ്ടു. പിന്നെ വക്കീലിനോടായി, മുണ്ടൊ,

അയാൾ തന്റെയാളുകളെ ഒന്നിച്ചു കൂട്ടുകയാണെന്ന് ഞാൻ കരുതുന്നുണ്ടോ എന്നന്വേഷിച്ചു.

"സൈന്യം ഇങ്ങടുത്തെത്തുംവരെ ഇവിടെ കാത്തു നില്ക്കേണ്ടിവരും. അപകടം പിടിച്ച ഒരു സ്ഥലമാണ് ഇപ്പോഴത്." സൂക്ഷിച്ച് ആലോചിച്ച മട്ടിൽ അയാൾ പറഞ്ഞു.

ഞാൻ നിമിത്തം നിങ്ങൾക്ക് ഒരു കുഴപ്പവുമുണ്ടാകില്ലെന്ന് അപ്പോൾ ഞാൻ പറഞ്ഞു. "ജോർജ് രാജാവിന്റെ സത്യസന്ധനായ പ്രജയാണ് ഈയുള്ളവൻ. ആരോടും എനിക്കു കടപ്പാടില്ല. ആരേയും ഞാൻ ഭയക്കുന്നില്ല."

"നീ നന്നായി സംസാരിക്കുന്നുണ്ടല്ലോടാ കൊച്ചനെ!" വിലയിരുത്തുന്ന മട്ടിൽ ഒന്നു തറപ്പിച്ചു നോക്കിയശേഷം ചെമപ്പു തൊപ്പിക്കാരൻ പറഞ്ഞു. "പക്ഷേ, എനിക്കൊരു സംശയം. അർദ്ഷീലിന്റെ സഹോദരനെ തേടി സത്യസന്ധനായ ഒരാൾ ഇത്രയും ദൂരം വരേണ്ട കാര്യമെന്താണ്? ഇവിടെ അധികാരം മുഴുവൻ എനിക്കാണെന്ന് ആദ്യം മനസ്സിലാക്ക് എന്റെ ചെക്കാ. ഈ ഭാഗത്തെ കൃഷിയിടം മുഴുവൻ രാജാവിനു വേണ്ടി ഞാൻ കൊണ്ടു നടക്കുന്നു. വലിയ ഒരു കൂട്ടം പട്ടാളക്കാർ പിന്നാലെ വരുന്നുണ്ട്. ഗ്ലാൻസിലെ ജെയിംസിനെ അന്വേഷിച്ചുവരുന്നവർക്ക് ഇന്നത്തെ ദിവസം മഹാമോശമാണ്."

രണ്ടു സംഭവങ്ങളപ്പോൾ മിന്നൽവേഗത്തിൽ തുടർച്ചയായി ഉണ്ടായി. കുതിരപ്പുറത്തിരിക്കുന്ന ചുവന്ന തൊപ്പിയിട്ട ഈ മനുഷ്യൻ സാക്ഷാൽ റെഡ്ഫോക്സാണെന്ന് ഞാൻ മനസ്സിലാക്കി. തുടർന്ന് ഒരു വെടി പൊട്ടി. ഗ്ലെനുറയിലെ കോളിൻ കേംപ്ബെൽ പിടഞ്ഞ് നിലത്തുവീണു. "അയ്യോ, ഞാൻ മരിച്ചു പോകുമേ!" എന്ന് അയാൾ പലതവണ നിലവിളിച്ചു. വക്കീൽ അയാളെ താങ്ങിപ്പിടിച്ച് എഴുന്നേല്പിക്കാൻ നോക്കി. പരിചാരകൻ കൈകൾ ഗ്രഹിച്ച് ഇതികർത്തവ്യതാമൂഢനായി മുമ്പിൽ നിന്നു. ഭീതിയോടെ അവരെ തന്നെ നോക്കിനില്ക്കെ അയാളുടെ ശബ്ദമിടറി. "സ്വന്തം കാര്യം ശ്രദ്ധിക്കണേ കുട്ടീ! ഞാൻ പോവുകയായി." ആ സ്നേഹപ്രകടനം എന്റെ ഹൃദയത്തെ വല്ലാതെ സ്പർശിച്ചു. ഏതാനും നിമിഷങ്ങൾക്കകം ആ മനുഷ്യൻ അന്ത്യശ്വാസം വലിച്ചു.

ഒരക്ഷരം പറയാതെ വക്കീൽ നിന്നു. മരിച്ച മനുഷ്യന്റേതു പോലെ അയാളുടെ മുഖവും വിളറിവെളുത്ത നിലയിലാണ്. പരിചാരകൻ കൊച്ചു കുഞ്ഞിനെപ്പോലെ തേങ്ങിക്കരഞ്ഞു. നിയമ പാലകനായ ഉദ്യോഗസ്ഥൻ സൈനികരെ ജാഗ്രതപ്പെടുത്താൻ പിന്നിലേക്ക് ഓടിപ്പോയി.

ആകെ സ്തംഭിച്ച മട്ടിൽ ഞാൻ നില്പു തുടർന്നു. അതിനിടെ പരേതന്റെ തല നിലത്തു വച്ച് വക്കീൽ പതുക്കെ എഴുന്നേറ്റു നിന്നു. പെട്ടെന്ന് എനിക്ക് ബോധോദയമുണ്ടായി. "കൊല.... കൊല...... പിടിക്ക്...... പിടിക്ക്" എന്ന് ഉറക്കെ വിളിച്ചു പറഞ്ഞ് പരമാവധി വേഗത്തിൽ കുന്നിനുനേരെ ഓടി. ഘാതകൻ ആ ഭാഗത്തേക്ക് ഓടിപ്പോകുന്നത് അതിനകം എന്റെ കണ്ണിൽ പെട്ടിരുന്നു.

കറുത്ത കോട്ടും വലിയ നായാട്ടു ബൂട്ടും ധരിച്ച പൊക്കം കൂടിയ ഒരു മനുഷ്യനായിരുന്നു അയാൾ.

എന്റെ ഒച്ചകേട്ട് ഓട്ടത്തിനിടയിൽ ഒന്നുരണ്ടു തവണ അയാൾ മുഖംതിരിച്ച് എന്നെ നോക്കിയിട്ടുണ്ടാവണം. താമസിയാതെ മരക്കൂട്ടങ്ങൾക്കിടയിൽ അയാൾ അപ്രത്യക്ഷനായി.

ആ സമയം പിന്നിൽ നിന്ന് എന്നെ ആരോ വിളിച്ചു. വക്കീലും നിയമപാലകനായ ഉദ്യോഗസ്ഥനും പിന്നാലെ ഓടി വന്ന് നില്ക്കാൻ ആംഗ്യം കാണിച്ചു. എന്തിനെന്നു ചോദിക്കാതിരിക്കാനായില്ല. ഘാതകരെ പിടിക്കാൻ സത്യത്തിൽ അവരും എന്നോടൊപ്പം ചേരുകയായിരുന്നില്ലേ സത്യത്തിൽ വേണ്ടത്?

"ഈ പയ്യന് പത്ത് പവൻ" അതിനകം അടുത്തെത്തിയ സൈനികകരെ നോക്കി വക്കീൽ ഉച്ചത്തിൽ വിളിച്ചുപറഞ്ഞു. "നമ്മളെയിവിടെ പിടിച്ചു നിർത്താൻ അവർ ഏർപ്പാടു ചെയ്തു വച്ച പണിയാളാണിവൻ!"

അതുകേട്ടതും പുതിയൊരു ഭയം എന്നെ ഗ്രസിച്ചു. കേട്ടത് പെട്ടെന്നായതുകൊണ്ട് പ്രതികരിക്കാനാകാതെ ഒരു നിമിഷം സ്തംഭിച്ചു നിന്നുപോയി. അതിനിടെ തോക്കു ചൂണ്ടിക്കൊണ്ട് പട്ടാളക്കാർ ഓടിയടുത്തു.

മരക്കൂട്ടത്തിനിടയിലെവിടെയെങ്കിലും പോയൊളിക്കാൻ ആ സമയം തൊട്ടടുത്തു നിന്ന് ഒരു ശബ്ദം എന്നോടാവശ്യപ്പെട്ടു.

ഞാനതനുസരിച്ചു. വെടിയുണ്ടകൾ ചീറിപ്പാഞ്ഞു. എന്റെ തലയ്ക്കു മുകളിലൂടെ അവ കടന്നു പോയി. മരങ്ങൾക്കു പിന്നിലായി ഞാൻ അലൻ ബക്കിനെ കണ്ടു. കൈയിൽ ഒരു ചൂണ്ട മാത്രമേ ഉണ്ടായിരുന്നുള്ളൂ. അഭിവാദ്യം ചെയ്യാൻ നേരമില്ലായിരുന്നു.

"വരൂ" എന്ന് എന്നോടു പറഞ്ഞ് അയാൾ കുന്നിൻ ചരിവിലൂടെ ഓടാൻ തുടങ്ങി. അനുസരണയുള്ള ആട്ടിൻകുട്ടിയെപ്പോലെ ഞാൻ പിന്നാലെ കൂടി. ബിർച്ച് മരങ്ങളും കടന്ന് പാറക്കൂട്ടങ്ങൾക്കിടയിൽ ഒളിക്കാൻ ഇടം കണ്ടെത്തി. അങ്ങനെ ഒളിച്ചൊളിച്ചു മുന്നോട്ടു നീങ്ങികാട്ടുപടർപ്പുകൾ നിറഞ്ഞ തുറസിലൂടെ പരമാവധി വേഗത്തിൽ പാഞ്ഞ് ഏറെ ദൂരം പിന്നിട്ടു. ഹൃദയം പുറത്തുവരുമെന്നു തോന്നി. ഓട്ടത്തിനിടയിൽ അലൻ കൂടെക്കൂടെ തിരിഞ്ഞുനോക്കും. പെരുവിരലുകളിൽ പൊങ്ങി നിന്ന് തലയുയർത്തി ദൂരേക്കു നോക്കും. ഓരോ തവണ അങ്ങനെ നോക്കിയപ്പോഴും ദൂരെ സൈനികർക്കിടയിൽ നിന്ന് ആരവമുയർന്നു പൊങ്ങി.

ഒരു പതിനഞ്ചു മിനിട്ടു കഴിഞ്ഞപ്പോൾ അലൻ പെട്ടെന്ന് നിലത്തുകിടന്നു. അതേ രീതിയിൽ ചെയ്യാൻ എന്നോടാവശ്യപ്പെട്ടു. അതേ വേഗതയിൽ, എന്നാൽ കൂടുതൽ ജാഗ്രതയോടെ, ഓട്ടം തുടങ്ങിയ ദിക്കിലേക്ക് തിരിഞ്ഞു നടന്നു. അവിടെ എത്തിയതും പട്ടിയെപ്പോലെ കിതച്ചു കൊണ്ട് അലൻ കുഴഞ്ഞുവീണു. തുടർന്ന് ചത്തമട്ടിൽ ഞാനും.

"ഓ വല്ലാത്ത ഓട്ടമായിപ്പോയി" എന്നു പറഞ്ഞ് കിതപ്പടങ്ങിയപ്പോൾ അലൻ എഴുന്നേറ്റിരുന്നു. മറുപടി പറയാനോ മുഖം കൊടുക്കാനോ നില്ക്കാതെ ഞാൻ മാറിയിരുന്നു. അലൻ ഏറ്റവും വെറുക്കുന്ന ഒരാളുടെ കൊലയാണ് ഇപ്പോൾ സംഭവിച്ചിരിക്കുന്നത്. സൈനികരിൽ നിന്നു രക്ഷപ്പെടാനായി ഓടിപ്പോകുന്ന അലനെയാണ് തെല്ലിടമുമ്പേ ഞാൻ കണ്ടത്. അലനാണ് ആ കൊലയ്ക്ക് ഉത്തരവാദിയെന്നല്ലേ അതിനർത്ഥം? അയാൾ നേരിട്ടു വെടി വെച്ചതായാലും മറ്റാരേയും കൊണ്ട് വെടിവെപ്പിച്ചതായാലും എന്നെ സംബന്ധിച്ചിടത്തോളം രണ്ടും ഒന്നുതന്നെ. അങ്ങനത്തെ ഒരു കാര്യമാണ് അയാൾ ചെയ്തത്.

"ക്ഷീണം മാറിയില്ലെന്നുണ്ടോ?" എന്റെ ഭാവം കണ്ട് അലൻ ചോദിച്ചു. "അതല്ല പ്രശ്നം. നമുക്ക് വഴിപിരിയേണ്ട സമയമായിരിക്കുന്നു എന്നതാണ്. നിങ്ങൾ എനിക്ക് ഏറെ ഇഷ്ടപ്പെട്ട ആളാണ്. പക്ഷേ, നിങ്ങളുടെ വഴി എന്റേതല്ല, ദൈവത്തിന്റേതുമല്ല."

"പക്ഷേ, എനിക്കുനിന്നെ പിരിഞ്ഞു പോകാൻ കഴിയില്ല ഡേവിഡ്. അഥവാ അതിനൊരു കാരണമുണ്ടാകണം. എന്നോട് എന്തെങ്കിലും വിരോധമുണ്ടെങ്കിൽ തുറന്നു പറയാം. അതിനുള്ള സന്ദർഭമാണിത്."

"ഒരു മനുഷ്യനെ പച്ചയ്ക്ക് വെടിവെച്ചുകൊന്നതിന് നിങ്ങൾക്ക് എന്തു ന്യായീകരണമാണുള്ളത്?" എന്റെ സ്വരം കടുത്തു. എന്നാൽ അലൻ അത് ശക്തിയായി നിഷേധിച്ചു.

"ഷൊ കുടുംബക്കാരനായ മി. ബെൽഫോർ, ഒരു സുഹൃത്ത് മറ്റൊരു സുഹൃത്തിനോട് പറയുന്ന മട്ടിൽ ഒന്നും മറച്ചുവെക്കാതെ പറയട്ടെ, ഒരു മനുഷ്യനെ ഞാൻ കൊല്ലാൻ തീരുമാനിച്ചാൽ മാതൃരാജ്യത്ത് വച്ച് അത് ഒരിക്കലും ചെയ്യില്ല. അങ്ങനെ ചെയ്ത് സ്വന്തം കുലക്കാർക്ക് പ്രശ്നമുണ്ടാക്കില്ല. പിന്നെ ഒരാളെ കൊല്ലാൻ ഒന്നുകിൽ വാൾ വേണം. അല്ലെങ്കിൽ തോക്ക്. ഇതു രണ്ടും ഇപ്പോൾ എന്റെ കൈയിലില്ലെന്ന് താൻ കാണുന്നില്ലേ? ഒരു ചൂണ്ടയേറുകൊണ്ട് ആരെയെങ്കിലും കൊല്ലാൻ കഴിയുമോ?" തുടർന്ന് എളിയിൽ നിന്ന് സ്വന്തം കാരി പുറത്തെടുത്തുകാട്ടി അതിൽ തൊട്ട് താൻ നിരപരാധിയാണെന്ന് സത്യം ചെയ്തു. "റെഡ് ഫോക്സിനെ കൊല്ലുകയെന്നത് ഞാൻ സ്വപ്നത്തിൽ പോലും വിചാരിക്കാത്ത കാര്യമാണെന്ന്!"

"തീർച്ചയായും അതിലെ ആത്മാർത്ഥത ഞാനംഗീകരിച്ചു." പിന്നെ സൗഹാർദ്ദപൂർവ്വം സുഹൃത്തിനു നേരെ കൈനീട്ടി. എന്നാൽ അലൻ അത് കണ്ടില്ലെന്നു നടിച്ചു.

"പക്ഷേ, നിങ്ങൾ പിന്നെ കൊന്നവനെ പിടിക്കാൻ ഒരുമ്പെടാതെ പട്ടാളക്കാരെ പിന്തിരിപ്പിച്ചത് എന്തിനാണ്?" എന്റെ സംശയം ഞാൻ വീണ്ടും പുറത്തെടുത്തു.

"അതു ഞാനല്ല. മര്യാദയുള്ള ഏതു മനുഷ്യനാണെങ്കിലും ചെയ്യും." ഉറച്ച മട്ടിൽ അലൻ പറഞ്ഞു. "വെടിവെച്ചത് നീയാണെന്ന് വിചാരിച്ച് അവർ നിന്നെ കേറിപ്പിടിച്ചാൽ നിനക്ക് എന്തു

ചെയ്യാൻ കഴിയും? കോടതിയിൽ പോലും എത്തിക്കാതെ അവർ നിന്റെ കഥ കഴിക്കും. എന്താ നീ അതാണോ ആഗ്രഹിക്കുന്നത്? അതുകൊണ്ട് ക്രിസ്തുവിൽ വിശ്വസിക്കുന്ന ആരും ചെയ്യാൻ ഇടയുള്ളതേ ഞാൻ ചെയ്തുള്ളൂ."

"ഒരിക്കൽക്കൂടി ആ കൈ ഇങ്ങു തരൂ." എന്നു പറഞ്ഞ് ഞാൻ എന്റെ കൈ അലനു നേരെ നീട്ടി. ഏതായാലും ഇക്കുറി അയാൾ അതു സ്വീകരിച്ചു. അങ്ങനെ ഞങ്ങൾ വീണ്ടും ചങ്ങാതിമാരായി. അത്യാപത്തിന് നടുവിലാണ് ഞങ്ങൾ രണ്ടുപേരുമെന്ന് തുടർന്ന് വിശദീകരിച്ചു. അപ്പിനിലൂടെയുള്ള യാത്രയുടെ ഓരോ ഇഞ്ചിലും നാം പരിശോധനകൾക്കു വിധേയരാകും. അലൻ എന്ന വർഗ്ഗവഞ്ചകൻ. അയാളുടെ പിണിയാളായ ഡേവിഡ് ബെൽഫോർ. ഇനിയങ്ങോട്ട് അതാണ് സംഭവിക്കാൻ പോകുന്നത്. ചെം കുറുക്കന്റെ കൊലയാളികൾ ഞങ്ങൾ രണ്ടുപേരുമാണെന്ന് ഇതിനകം നാടു മുഴുവൻ പ്രചരിച്ചിട്ടുണ്ടാകുമെന്നു തീർച്ച. "മരിച്ചു പോയതു ഒരു കേംപ്ബെലാണ്. നമ്മൾ നില്ക്കുന്നതോ അവരുടെ നാട്ടിലും. പതിനഞ്ചു കേംപ്ബെല്ലുകളടങ്ങിയ ജൂറിയാണ് വിചാരണ നടത്തുക. മുഖ്യ ന്യായാധിപൻ കേംപ്ബെൽ തന്നെയാണ്. പിന്നെ എവിടെ നീതി കിട്ടാനാണ്? അതുകൊണ്ട് താഴ്ന്ന പ്രദേശങ്ങളിലേക്ക് ഓടിപ്പോകുന്നതാവും ബുദ്ധി. എത്രയും വേഗം അങ്ങനെ ചെയ്യണം. ഏറെ വിഷമം സഹിക്കേണ്ടി വരും പക്ഷേ, കൊലക്കയറിൽ നിന്ന് രക്ഷപ്പെടാൻ വേറെ വഴിയില്ല." അലൻ പറഞ്ഞു.

എളുപ്പം തെരഞ്ഞെടുക്കാവുന്ന ആ വഴി തന്നെ ഞാനും തെരഞ്ഞെടുത്തു. അനന്തരം മരക്കൂട്ടങ്ങളുടെ മറവിലിരുന്നു ഭക്ഷണം കഴിച്ചു. ഉറങ്ങി. കുന്നുകൾക്കപ്പുറം സൂര്യൻ അസ്തമിക്കുന്നതു കണ്ടിരുന്നു. ഇനിവരാനിരിക്കുന്ന രാപ്പകലുകൾ ഞങ്ങൾ ആ നാട്ടിലാണ് ചെലവഴിക്കാൻ പോകുന്നത്. കഠിനമായ വഴികളിലൂടെ ഇരുളോ പകലോ എന്നുനോക്കാതെ അലഞ്ഞു തിരിയേണ്ടിവരും. നേരമിരുട്ടിയതും ഞങ്ങൾ യാത്ര ആരംഭിച്ചു.

പലായനം

കോളിൻ കേംപ്ബെൽ കൊല്ലപ്പെട്ട വാർത്ത കാട്ടുതീ പോലെ നാടെങ്ങും പരന്നു. ഞങ്ങൾ സഞ്ചരിച്ചത് വിജനമായ ഒരു പ്രദേശത്തിലൂടെയാണെന്ന് ഒറ്റനോട്ടത്തിൽ തോന്നിയെങ്കിലും അവിടെയുമിവിടെയുമായി അത്യാവശ്യം ചില വീടുകളും കുട്ടികളും കാണാനുണ്ടായിരുന്നു. കുന്നുകളിലും മറ്റുമായി അവ ഒളിഞ്ഞു കിടന്നുവെന്നു മാത്രം. കണ്ണിൽ പെടുന്ന വീടുകളുടെയെല്ലാം വാതിൽക്കൽ ചെന്നു നിന്ന് കോളിൻ കൊല്ലപ്പെട്ട വാർത്ത അറിയിക്കാൻ അലൻ സമയം കണ്ടെത്തി.

നേരം പുലർന്നാൽ നേരിടേണ്ടി വരാനിടയുള്ള കഷ്ടപ്പാടുകളോടു പൊരുത്തപ്പെടാൻ പാവപ്പെട്ട കർഷകരെയും മറ്റും സജ്ജമാക്കുകയാണയാളെന്ന് എനിക്കു മനസ്സിലായി. കൊലപാതകിയെ തേടി റെഡ്ക്കോട്ടുകൾ ഇറങ്ങും. നാട്ടുകാരെ വിചാരണ ചെയ്യും. പീഡിപ്പിക്കും.

സത്യത്തിൽ അങ്ങനെയാണ് സംഭവിച്ചത്. റെഡ് കോട്ടുകൾ അവരുടെ വിളയാട്ടം തുടങ്ങി. ഏതാണ്ടു രാത്രി പത്തുമണിയായപ്പോൾ ഞങ്ങൾ ഗ്ലാൻസിലെ ജെയിംസിന്റെ വീട്ടിലെത്തി. അവിടെ ആകെ കുഴപ്പമായിരുന്നു. അഞ്ചാറു പേർ ഞെക്കുവിളക്കുമായി അവിടെയുമിവിടെയും പാഞ്ഞു നടക്കുന്നു. തോക്കുകളും മറ്റായുധങ്ങളും സുരക്ഷിത സ്ഥലങ്ങളിൽ ഒളിപ്പിച്ചിരിക്കുകയാ

ണെന്നു മനസ്സിലായി. ജെയിംസ് ആദരപൂർവ്വം ഞങ്ങളെ സ്വീകരിച്ചിരുത്തിയെങ്കിലും ആൾ ആകെ പരിഭ്രാന്തനാണെന്നു വ്യക്തമായിരുന്നു. എങ്കിലും ഞങ്ങളുടെ സാന്നിദ്ധ്യം ഏറെ ആശ്വാസം പകർന്നതായിത്തോന്നി.

അവിടെ ഞങ്ങൾക്ക് വാളുകളും മറ്റായുധങ്ങളും കിട്ടി. പുതിയ വസ്ത്രങ്ങളും നല്ലതരം ഭക്ഷണവും കിട്ടിയതിനുപുറമെ സ്വന്തം ശേഷിക്കനുസരിച്ചുള്ള കാശും അദ്ദേഹം ഞങ്ങൾക്കു നല്കി. ക്ഷീണം മാറ്റി യാത്ര പുനരാരംഭിച്ചപ്പോൾ രാത്രി ഏറെ വൈകി. നേരം വെളുക്കുവോളം നടന്നു. ചിലപ്പോൾ ഓടി. വെളിച്ചം പരന്നതോടെ നടത്തം കുറച്ച് കൂടുതൽ സമയവും ഓട്ടം തുർന്നു. കുറുക്കുവഴികൾ കണ്ടെത്തി. സമയം കുറയ്ക്കുന്ന കാര്യത്തിൽ അലൻ ഒരു വിദഗ്ദ്ധൻ തന്നെയാണെന്നു മനസ്സിലായി. പാറക്കൂട്ടങ്ങൾ നിറഞ്ഞ വിശാലമായ ഒരു താഴ്വരയിൽ അവസാനമെത്തി. അവിടെ നല്ല ഒഴുക്കുള്ള ഒരു പുഴക്കരയിലെത്തി. ചുറ്റും മുരത്ത കുന്നുകളാണ്. പുല്ലോ മരങ്ങളോ ഒന്നുമില്ലാത്ത ഒരു പ്രദേശം.

"ഇമ്മാതിരി ഒരു മേഖല തീർച്ചയായും എപ്പോഴും അവരുടെ നിരീക്ഷണത്തിലായിരിക്കും എന്ന് ഊഹിക്കാവുന്നതേയുള്ളൂ." അലൻ പറഞ്ഞു. പുഴ ഇറങ്ങി കടക്കാൻ പറ്റാത്തതുകൊണ്ട് കരയിലൂടെ പരമാവധി വേഗത്തിലോടാനേ കഴിഞ്ഞുള്ളൂ. ഭാഗ്യം, കുറേപ്പോയപ്പോൾ കുറേ പാറക്കൂട്ടങ്ങൾ ചേർന്നുണ്ടായ പാലം കണ്ടു. അതിലൂടെ ഇത്തിരി പ്രയാസപ്പെട്ടാണെങ്കിലും മറുകര പൂകി. ഇടയിലൊരത്യാഹിതം സംഭവിക്കേണ്ടതായിരുന്നു. പാറയിൽ നിന്ന് പാറയിലേക്കു ചാടുന്നതിനിടയിൽ ഒരു കാൽ വഴുതി ഞാൻ താഴെ അലറിപ്പാഞ്ഞുപോകുന്ന പുഴയിൽ വീഴേണ്ടതായിരുന്നു. തക്കസമയത്ത് അലൻ ഇടപെട്ടതു കൊണ്ട് രക്ഷപ്പെട്ടു.

പുഴ കടന്ന് അവസാനമെത്തിയതോ രണ്ടു പടുകൂറ്റൻ പാറകൾക്കിടയിലും. ഓരോന്നിനും ഒരു ഇരുപതടി പൊക്കമെങ്കിലുമുണ്ടാകും. മുകളറ്റങ്ങളാണെങ്കിൽ പരസ്പരം ചാഞ്ഞും ചരിഞ്ഞും ഉരുമ്മി നില്ക്കുന്ന നിലയിൽ. എന്നിട്ടും അലൻ അതിലൊന്നിനു മുകളിൽ കയറിപ്പറ്റി. അതിനുശേഷം തന്റെ അരപ്പട്ട

താഴേക്കു നീട്ടിപ്പിടിച്ച് എന്നെയും കയറാൻ സഹായിച്ചു. മുകളിൽ താഴെ നിന്നു നോക്കിയതിനേക്കാൾ ഏറെ സൗകര്യം. തളികപോലെ പരന്ന ഒരു ഭാഗത്ത് സുഖമായി ഇരുന്നും കിടന്നും വിശ്രമിക്കാം. നാലാൾ ഒരുമിച്ച് കിടന്നാലും ആരും കാണില്ല. ആദ്യം ഞാനുറങ്ങി. അലൻ കാവൽ നിന്നു. കുറേക്കഴിഞ്ഞ് ഉണർന്നപ്പോൾ സൂത്രത്തിൽ ദൂരേക്കു നോക്കാൻ പറഞ്ഞു. ഞെട്ടിവിറച്ചുപോയി. താഴ്‌വരയാകെ പട്ടാളക്കാരുടെ ചെറുതും വലുതുമായ സംഘങ്ങൾ. ആ സ്ഥലത്ത് അവരൊരു താവളമുണ്ടാക്കിയിരിക്കുകയാണെന്ന് മനസ്സിലായി. ചുറ്റും തീയിട്ട് കാവല്ക്കാരും സൂക്ഷിപ്പുകാരുമൊക്കെയായി..... പൊക്കമുള്ള പാറകളിലൊന്നിൽ ഒരു ഭടൻ നിന്ന് സൂക്ഷ്മനിരീക്ഷണം നടത്തുന്നതായും കാണാൻ കഴിഞ്ഞു.

പുഴക്കരയിലങ്ങോളമിങ്ങോളം ഇത്തരം കാവല്ക്കാരുണ്ടായിരുന്നു. തല്ക്കാലം അവിടെ ഒളിച്ചിരിക്കയല്ലാതെ മറ്റൊന്നും ചെയ്യാനില്ല. വെയിലിന്റെ തീക്ഷ്ണത കൂടി പാറകൾ ചൂടായതോടെ ഞങ്ങളുടെ ഇരിപ്പിടവും കിടപ്പാടവും വറവുചട്ടിപോലെയായി. വെള്ളമില്ല. ഭക്ഷണമില്ല. നെഞ്ചിലും ചെന്നികളിലും ഇത്തിരി ബ്രാന്റി ഉണ്ടായിരുന്നത് തടവി ആശ്വാസം പകരാൻ നോക്കി. കാവല്ക്കാരുടെ ചാരക്കണ്ണുകളിൽ പെടല്ലേ എന്ന് പ്രാർത്ഥിച്ചുകൊണ്ടിരുന്നു എല്ലാഴ്പ്പോഴും.

ഇപ്പോൾ മൃഗങ്ങളെ നായാടുന്ന തിരക്കിലാണവർ. ഉച്ച തിരിഞ്ഞ് രണ്ടരയായതോടെ ചൂട് അസ്സഹനീയമായി. ഞങ്ങൾക്കവിടെ നില്ക്കപ്പൊറുതി ഇല്ലാതായി. ദാഹിച്ചു മരിക്കുന്നതിനേക്കാൾ നല്ലത് ശത്രുക്കളുടെ കൈയിലകപ്പെടുകയാണെന്നു തോന്നി.

ചൂട് പട്ടാളക്കാരേയും ബാധിച്ചിരിക്കുന്നു. ഇരുന്ന് ഉറക്കം തൂങ്ങുകയാണ് പലരും. ചിലർ കിടക്കുന്നു. രംഗമാകെ ശാന്തം. ചെറിയ ഒരു ഒച്ചപോലും കേൾക്കാനായില്ല. ശബ്ദം കേൾപ്പിക്കാതെ പതുങ്ങിപ്പതുങ്ങി പാറപ്പുറത്തു നിന്നു താഴെയിറങ്ങി പാത്തും പതുങ്ങിയും വീണ്ടും പുഴക്കരയിലെത്തി. അല്പം കൂടി നടന്നപ്പോൾ നദിയോടു ചേരുന്ന ഒരു ചെറിയ കാട്ടരുവി കണ്ടു. ഒരു തിരക്കുമില്ലാതെ ശാന്തമായിട്ടൊഴുകുന്നു. വെള്ളത്തിനു നല്ല

തണുപ്പ്. അതിലിറങ്ങി കുളിച്ച് ക്ഷീണം മാറ്റി. വെള്ളം കുടിച്ച് ദാഹവും.

നേരം അസ്തമിക്കാറായപ്പോൾ മരണത്തിൽ നിന്ന് രക്ഷപ്പെട്ട ആശ്വാസത്തോടെ നടത്തം പുനരാരംഭിച്ചു. രാത്രി മുഴുവൻ സഞ്ചരിച്ച് നേരം വെളുക്കുമ്പോൾ ലക്ഷ്യസ്ഥാനത്തെത്തി. ഒരു പർവ്വത പ്രദേശം അവിടെ പുഴക്കരയിലെ ഒരു ഗുഹയിൽ അഞ്ചു ദിവസം കഴിയേണ്ടി വന്നു. പുഴയിൽ നിന്നു മീൻ പിടിച്ച് ചുട്ടു തിന്നു വിശപ്പുമാറ്റി. പുഴ വെള്ളം കുടിച്ച് ദാഹവും.

അതിനിടെ അലൻ എന്നെ വാൾപ്പയറ്റു പഠിപ്പിച്ചു. എന്നാൽ അങ്ങനെയൊരു വൈദഗ്ദ്ധ്യമൊന്നും എനിക്കതിൽ കാട്ടാൻ കഴിഞ്ഞില്ല. എങ്കിലും ചുരുങ്ങിയ പക്ഷം വാൾ പിടിക്കേണ്ടതെങ്ങനെയെന്നെങ്കിലും പഠിച്ചു.

തൊട്ടടുത്ത ഗ്രാമത്തിൽ അലന്റെ ഉറ്റ ചങ്ങാതിമാരിലൊരാളായ ജോൺ ബ്രെക് മാക്കോൾ താമസിക്കുന്നുണ്ട്. അയാളുടെ വീട്ടിൽ വിവരമെത്തിച്ചതിന്റെ അടിസ്ഥാനത്തിൽ ജോൺ അതിനിടെ ഞങ്ങളെ അന്വേഷിച്ചു വന്നു. ക്യൂണിലെ ജോൺ തന്റെ അനുയായികളോടൊപ്പം ജയിലിൽ കഴിയുകയാണെന്ന് അയാളിൽ നിന്ന് അറിയാൻ കഴിഞ്ഞു. റെഡ്ഫോക്സിനെ കൊന്നത് അദ്ദേഹമാണെന്ന സംശയത്തിന്റെ പേരിൽ ചെയ്യുന്നതാണത്രെ. സർക്കാർ ഇനാം പ്രഖ്യാപിച്ചിട്ടുമുണ്ട്. യഥാർത്ഥ ഘാതകർ ആരാണെന്ന വിവരവും പരസ്യമാക്കിയിട്ടുണ്ട്. ഘാതകനല്ല ഘാതകർ- അലൻ ബ്രക്കും അയാളുടെ അനുചരനായ ഒരു പയ്യനും!

തുടർന്ന് അന്നുരാത്രി തന്നെ ആ ഒളിത്താവളം വിട്ടു. ഏഴു മണിക്കൂർ തുടർച്ചയായി നടന്നു പുലർച്ചയോടെ പർവ്വത മേഖലകളുടെ അതിർത്തിയിലെത്തി. അവിടന്നങ്ങോട്ട് മരുഭൂമിയാണ്. ഉച്ചവരെ അതിലൂടെ നടന്നു. ഉച്ചയ്ക്ക് അല്പം വിശ്രമിച്ചു. പതിവുപോലെ ഞാനുറങ്ങിയ നേരമെല്ലാം അലൻ കാവലിരുന്നു. തുടർന്ന് അയാൾ വിശ്രമിച്ചപ്പോൾ ഞാനും. എന്നാൽ അതിനിടയിലെപ്പോഴോ ഒന്നു മയങ്ങിപ്പോയി. പെട്ടെന്ന് ഞെട്ടിയുണർന്നപ്പോൾ കണ്ടത് കുന്നിറങ്ങി ഞങ്ങളുടെ നേർക്ക് നടന്നുവരുന്ന ഒരു സംഘം പട്ടാളക്കാരെയാണ്.

വേഗം അലനെ വിളിച്ചുണർത്തി. എന്റെ ചോദ്യത്തിനു മറുപടിയായി ഇനിയങ്ങോട്ട് നമുക്ക് കാട്ടുമുയലുകളാകാം എന്നു മറുപടി നല്കി. ഒട്ടും വൈകാതെ ഞങ്ങൾ അത് പ്രവൃത്തിയിൽ കൊണ്ടുവന്നു. രണ്ടു മുയലുകളെപ്പോലെ ഓടി. പുൽപ്പരപ്പിലൂടെ നിന്നും നോക്കിയും ചാടിയും ശരിക്കും മുയലുകളെപ്പോലെ. കുറേ വിശ്രമിച്ചശേഷം കാലത്തുണർന്ന് യാത്ര തുടരാമെന്നു പറഞ്ഞെങ്കിലും അലൻ കേട്ടില്ല. ബെൽ അൽഡർ എന്ന പർവ്വത ശിഖരം തൊട്ടപ്പുറത്താണ്. സൈന്യം ആ വഴി അടച്ചു മുദ്രവെക്കാൻ എല്ലാ സാദ്ധ്യതയുമുണ്ട്. അതിന് മുമ്പ് അപ്പുറമെത്താൻ കഴിഞ്ഞില്ലെങ്കിൽ നമ്മളെ അവർ പിടിക്കുമെന്ന് അലൻ മുന്നറിയിപ്പു തന്നു. ശവശരീരങ്ങളായി അപ്പിലിനിലെത്താൻ ഞങ്ങൾക്ക് ആഗ്രഹമുണ്ടായിരുന്നില്ല.

എന്നാൽ കുറേദൂരം പോയതും എന്റെ കാലുകൾ തളരുന്നതായി തോന്നി. ശരീരത്തെ വഹിച്ചു കൊണ്ടുപോകാൻ അവയ്ക്കു കെല്പില്ലാതായി. എന്റെ അവസ്ഥ കണ്ട് അലൻ കുറച്ചുനേരം എന്നെയും ചുമന്ന് നടന്നു. ഒരിക്കലും തളരാത്ത ആ വീര്യവും നിശ്ചയദാർഢ്യവും കണ്ടപ്പോൾ സ്വന്തം കാര്യമോർത്ത് എനിക്ക് നാണക്കേട് തോന്നി.

ഏതായാലും നേരം വെള്ള കീറിയപ്പോഴേക്കും അപകടങ്ങളെല്ലാം അകന്നു കഴിഞ്ഞെന്നു മനസ്സിലായി. എങ്കിലും കലശലായ ക്ഷീണംകൊണ്ട് ഒരടിപോലും മുന്നോട്ടു വെക്കാനാകാതെ വലഞ്ഞു. അവസാനം സുരക്ഷിതമായ ഒരൊളിത്താവളം കാട്ടുപടർപ്പുകൾക്കിടയിൽ കണ്ടെത്തി അവിടെക്കിടന്ന് വിശ്രമിക്കാമെന്നു കരുതി. അവിടെ എത്തിയതും അതിൽ നിന്ന് ആയുധധാരികളായ നാലുപേർ ഞങ്ങളുടെ മേൽ ചാടിവീണ് കൈയിലെ കഠാരികൾ കഴുത്തിൽ അമർത്തിവച്ച് ഭീഷണിപ്പെടുത്തി. എന്നാൽ അലൻ ഗലിക്ക് ഭാഷയിൽ അവരോട് മന്ത്രിച്ചതും ആയുധങ്ങൾ പിൻവലിച്ച് നാലുപേരും അകന്നുമാറി.

ക്ലൂണികളുടെ ആൾക്കാരാണെന്ന് അലൻ അവരെ എനിക്കു പരിചയപ്പെടുത്തി. “കുലമൂപ്പന്റെ മറ്റൊരു അനുയായിവൃന്ദം. ഭാഗ്യവാന്മാരാണ് നമ്മൾ” അലൻ പറഞ്ഞു. “നമ്മൾ ഇവിടെ

കുറേനേരം കൂടി കഴിയും. അതിനിടെ ഇവർ ചെന്ന് എന്നെ കണ്ട വിവരം ഇവരുടെ മൂപ്പനോടു പറയും."

വൗറിച്ച് എന്നപേരിൽ വലിയൊരു ഗോത്രമുണ്ട്. ക്ലൂനി മക്ഫെർസൺ എന്നയാളാണ് അതിന്റെ തലവൻ. 45 ലെ വിപ്ലവത്തിന്റെ മുൻപന്തിയിലുണ്ടായിരുന്ന നേതാക്കളിലൊരാൾ. അലന് എത്രയും വേണ്ടപ്പെട്ടയാൾ. ഇത്രയും വിവരങ്ങൾ ആ സമയമെനിക്ക് അലനിൽ നിന്നു കിട്ടി. മിശ്രഗോത്രങ്ങളെക്കുറിച്ച് പലതും ഞാൻ ഈ രീതിയിൽ മനസ്സിലാക്കി.

ക്ലൂനിയെപ്പോലൊരാൾ സ്കോട്ട്ലന്റിൽ തന്നെയുണ്ടെന്നത് എന്നെ സംബന്ധിച്ചിടത്തോളം തികച്ചും അവിശ്വസനീയമായിരുന്നു. വിപ്ലവത്തിൽ പങ്കാളികളായിരുന്ന മറ്റു ഗോത്രത്തലവന്മാരെപ്പോലെ അയാളും ഫ്രാൻസിൽ അഭയം തേടിയിട്ടുണ്ടാകുമെന്നാണ് ഞാൻ കരുതിയത്.

സ്വന്തം നാട്ടിലായാലും ജോർജ് രാജാവിന് ആ മനുഷ്യനെ ഒന്നും ചെയ്യാൻ കഴിയുന്നില്ല. സ്വന്തം ആളുകൾ അത്രമാത്രം അങ്ങേരെ സ്നേഹിക്കുന്നതുകൊണ്ടാണിത്. അലൻ വിശദീകരിച്ചു.

ഏതായാലും മൂപ്പനെ വിവരമറിയിക്കാൻ പോയവർ താമസിയാതെ തിരിച്ചു വന്നു. ഞങ്ങളെ സ്വീകരിക്കാൻ അദ്ദേഹം തയ്യാറാണത്രെ. പക്ഷേ, തീരെ നടക്കാൻ പറ്റാത്ത അവസ്ഥയിലാണ് ഞാൻ. പക്ഷേ, ക്ലൂനിന്റെ അനുയായികൾ അത് ഒരു പ്രശ്നമായിക്കണ്ടില്ല. എന്നെ താങ്ങിയെടുത്ത് അവർ നിഷ്പ്രയാസം മലകയറി. നേരത്തെ അലൻ സൂചിപ്പിച്ച ബെൻ അൽഡർ എന്ന ആ ദുർഘട പർവ്വതം!

പിണക്കവും ഇണക്കവും

ഞങ്ങൾക്ക് അഭയം നല്കിയ ആ കൊച്ചു കുടിൽ നാടെങ്ങും 'ക്ലൂനിയുടെ കൂട്' എന്നപേരിൽ അറിയപ്പെട്ടു. കരിം പാറകൾ നിറഞ്ഞ ചെങ്കുത്തായ ഒരു മലമുകളിലാണ് അതിന്റെ സ്ഥാനം. ചുറ്റുമുള്ള മരങ്ങളുടെയും കാട്ടുപടർപ്പുകൾക്കിടയിലും അത് മറഞ്ഞു കിടന്നു. വൃക്ഷങ്ങളുടെ സഹായമുള്ളതുകൊണ്ട് കോണിപ്പടി ചവുട്ടിയെന്നപോലെ മുകളിലെത്താൻ കഴിഞ്ഞു.

ഒരു വൃക്ഷത്തിനു ചുറ്റുമായി കോഴിമുട്ടയുടെ ആകൃതി യിലൊരു ഒളിസങ്കേതം. അതായിരുന്നു ക്ലൂനിയുടെ ആ പാർപ്പി ടം. പായലും പന്നലും ചുള്ളിക്കമ്പുകളും കൊണ്ട് ഒരു പുരയി ടമൊരുക്കിയിരിക്കുന്നു. ആറുപേർക്ക് സുഖമായിക്കഴിയാം. വൃത്തികെട്ട ഒരു കുഴലിൽ നിന്ന് പുകവലിച്ചെടുത്ത് ആസ്വദി ച്ചുകൊണ്ട് ക്ലൂനി വാതില്ക്കൽത്തന്നെയുണ്ടായിരുന്നു. പുകവലി ക്കിടയിൽ പാചകവും നടക്കുന്നു. വേഷമൊക്കെ തീരെ ലളിത മെങ്കിലും രാജാവിന്റെ പ്രൗഢിയും പ്രതാപവുമാണ് മുഖത്ത്.

ഇരുന്ന കസാരയിൽ നിന്നെഴുന്നേറ്റുവന്ന് ആ മനുഷ്യൻ ഞങ്ങളെ സ്വീകരിക്കുന്ന കാഴ്ചതന്നെ മഹത്തായ ഒരനുഭവമാ യിരുന്നു എന്നെ സംബന്ധിച്ചിടത്തോളം. അലൻ എന്നെ പരിച യപ്പെടുത്തി. ക്ലൂൻ കുറച്ചു ബ്രാന്റി കുടിക്കാൻ തന്നു. ഉച്ചഭക്ഷ ണമായി ഇറച്ചി വിളമ്പി.

മടുപ്പിക്കുന്ന സ്വന്തം ജീവിതത്തെക്കുറിച്ച് ഭക്ഷണത്തിനിടയിൽഅദ്ദേഹം സംസാരിച്ചുകൊണ്ടിരുന്നു. "ആരെങ്കിലും ഇങ്ങോട്ടു വരുന്നതുപോലും അപൂർവ്വമായിരിക്കുന്നു. പഴയ ആ നല്ലകാലത്തെക്കുറിച്ചോർത്ത് ഒറ്റയ്ക്കിരുന്ന് സമയം കളയും. മഹത്തായ മറ്റൊരു ദിനം താമസിയാതെ പിറവികൊള്ളുമെന്നാണ് എന്റെ പ്രതീക്ഷ. അങ്ങനെയൊരു ദിവസത്തിനായി ആഗ്രഹിച്ചുകൊണ്ട് കുടിക്കാം." എന്നുപറഞ്ഞുകൊണ്ട് അതിനിടയിൽ പാനോപചാരം നടത്തി.

ക്ലൂനിയുടെ ഒളിത്താവളങ്ങളിൽ ഒന്നുമാത്രമാണിതെന്ന് താമസിയാതെ ഞാൻ മനസ്സിലാക്കി. ഗുഹകളും ഭൂഗർഭങ്ങളും മറ്റുമായി നിരവധി രഹസ്യകേന്ദ്രങ്ങൾ നാടിന്റെ പലഭാഗങ്ങളിലായി ഒരുക്കിനിർത്തിയിട്ടുണ്ട്. സാഹചര്യങ്ങൾക്ക് അനുസരണമായി അവിടെയെല്ലാം മാറിമാറി താമസിക്കുന്നു. ചാരന്മാർ പലഭാഗങ്ങളിലും കണ്ണിലെണ്ണയൊഴിച്ച് നില്ക്കുന്നുണ്ടാകും. നിസ്സാര ചലനങ്ങൾ പോലും ഒപ്പിയെടുത്ത് അവർ മൂപ്പന്റെ കാതുകളിലെത്തിക്കും. അതിനനുസരിച്ചാകും അങ്ങേരുടെ ഓരോ ചലനവും. ഭാര്യയേയും കുടുംബത്തേയും അടുത്ത ചങ്ങാതിമാരേയും ഈ രീതിയിൽ ചെന്നു കാണാറുണ്ട്. ഇരുട്ടിന്റെ മറപറ്റിയാകും സഞ്ചാരമെന്നു മാത്രം. അംഗരക്ഷകനോ പരിചാരകനോ അകമ്പടി സേവിക്കും.

കാലത്ത് എഴുന്നേറ്റാൽ മൂപ്പനെ ആദ്യം മുഖം കാട്ടുക ക്ഷൗരക്കാരനാണ്. ക്ഷൗരകർമ്മം നിർവ്വഹിക്കുന്നതിനിടയിൽ നാട്ടിലെ മുഴുവൻ വാർത്തകളും ആ മനുഷ്യൻ കൈമാറിയിട്ടുണ്ടാകും. പിന്നീട് പകൽ സമയങ്ങളിൽ ഉപദേശം തേടിയും കേസുകൾക്ക് പരിഹാരം ഉണ്ടാക്കാനും ആളുകൾ എത്തിക്കൊണ്ടിരിക്കും. കുലനാഥൻ നിശ്ചയിക്കുന്ന ഏതു തീർപ്പും അനുയായികൾ ചോദ്യം ചെയ്യാതെ സ്വീകരിക്കും.

ക്ലൂണിയുടെ കൂട്ടിനുള്ളിൽ കഴിഞ്ഞുകൂടിയ ആ ദിവസങ്ങളിൽ മിക്കസമയവും ഞാൻ പനിപിടിച്ച് കിടപ്പിലായിരുന്നു. ക്ഷുരകകർമ്മം നിർവ്വഹിക്കുന്ന മനുഷ്യർ വൈദ്യകർമ്മം കൂടി നിർവ്വഹിച്ച് എനിക്ക് മരുന്നുകൾ എത്തിച്ചുകൊണ്ടിരിക്കും.

അലനും ക്ലൂനിയുമാണെങ്കിലോ, സമയം കൊല്ലാൻ ചീട്ടുകളിയിലേർപ്പെടും. എനിക്ക് തീരെ കണ്ടുകൂടാത്ത ഒരു കളിയാണിത്. അതിനെ വെറുക്കാൻ ചെറുപ്പം തൊട്ടേ അച്ഛനാണ് പഠിപ്പിച്ചത്. പണം വെച്ചു കളിയാണ് ആദ്യമാദ്യം. വിജയം അലന്റെ ഭാഗത്തായിരുന്നു എന്ന് അവിടെ കിടന്ന് ഞാൻ മനസ്സിലാക്കിയിരുന്നു. മേശപ്പുറത്ത് അയാൾക്കരികിൽ ഗിനി നാണയങ്ങൾ കുന്നു കൂടുന്നത് എനിക്കവിടെ കിടന്നാൽ കാണാമായിരുന്നു.

എന്നാൽ രണ്ടാം ദിവസമായപ്പോഴേക്കും ഭാഗ്യദേവത എന്റെ ചങ്ങാതിയെ ഉപേക്ഷിക്കുന്ന മട്ടായി. തുടരെത്തുടരെ അയാൾ തോല്ക്കാൻ തുടങ്ങി. കൈയിലുണ്ടായിരുന്ന കാശെല്ലാം തീർന്നു. എന്റെ കൈയിലുണ്ടായിരുന്ന ചില്ലറക്കാശുപോലും അയാൾ യാചിച്ചു വാങ്ങി. ആരോഗ്യത്തിനു കുഴപ്പമൊന്നുമില്ലായിരുന്നെങ്കിൽ ഞാനതു നല്കില്ലായിരുന്നു. നിങ്ങളോട് സംസാരിക്കാൻ പോലും ഞാൻ ആഗ്രഹിക്കുന്നില്ലെന്നു പറഞ്ഞ് കാശു നിഷേധിക്കുമായിരുന്നു. എന്നാൽ സാഹചര്യങ്ങൾ ആ രീതിയിലായിരുന്നില്ലെന്നതിൽ ഒന്നും എതിർത്തു പറയാതെ കാശെടുത്തു കൊടുക്കുകയാണുണ്ടായത്.

മൂന്നാം ദിവസമായപ്പോഴേക്കും എന്റെ ആരോഗ്യം മെച്ചപ്പെട്ടു. അലനാകട്ടെ, യാത്ര തുടരാൻ തീരുമാനിച്ചു. കൈയിൽ ഒറ്റ പൈസയില്ലെന്ന് ലജ്ജയോടെയാണെങ്കിലും പോകും മുമ്പ് എന്നോടു പറഞ്ഞു. ഇതു കേൾക്കാനിടയായ ക്ലൂനിയുടെ മുഖം ചുവന്നു. പ്രതികരണമെന്നോണം പോക്കറ്റിൽ നിന്ന് സ്വർണ്ണ ഗിനി നാണയങ്ങൾ പുറത്തെടുക്കാൻ തുടങ്ങി.

"നഷ്ടപ്പെട്ട കാശു മാത്രമല്ല, അതിന്റെ ഇരട്ടി വേറെയുമുണ്ട്. എല്ലാം തനിക്കു കൊണ്ടു പോകാം. കളിയിൽ ജയിച്ചതും തോറ്റതുമൊക്കെ ഒരു തമാശയായി കരുതിയാൽ മതി." പിന്നെ എന്റെ നേരെ തിരിഞ്ഞ് "നിങ്ങളെപ്പോലെ ഒരു മാന്യന്റെ പണം ഇങ്ങനെയൊരവസ്ഥയിൽ ഞാൻ കൈയിൽ വെക്കുന്നതു ശരിയല്ലെ"ന്നു പറഞ്ഞ് അലൻ ഞാൻ കടമായി നല്കിയ കാശും തിരിച്ചു തരാൻ ശ്രമിച്ചു.

അലൻ കീഴോട്ടു നോക്കി നിന്നതല്ലാതെ ഒന്നും പറഞ്ഞില്ല. തുടർന്ന് ഞാൻ ക്ലൂനിയെ വിളിച്ചു ഒരു ഭാഗത്തേക്കു കൊണ്ടു പോയി സ്വകാര്യമായി അയാളുടെ ഉപദേശമാരാഞ്ഞു. "എന്റെ കാശു തിരിച്ചു നല്കാൻ കിട്ടിയ സൗമനസ്യത്തിൽ എനിക്കേറെ നന്ദിയുണ്ട്. പക്ഷേ, ഒരു കാര്യം തുറന്നു പറയാൻ ദയവുണ്ടാക ണം. എന്നെ അങ്ങയുടെ സ്വന്തം മകനായി കരുതി സത്യം പറ യൂ. നേരായ വഴിയിൽ കളിച്ചു ജയിച്ച കാശാണ് അയാളുടെ കൈയിലുള്ളത്. എന്റെ ചങ്ങാതിയോട് അങ്ങ് ഒരു തരത്തിലുള്ള വഞ്ചനയും കാട്ടിയില്ല. കളിയിൽ അലനാണ് ജയിച്ചിരുന്നെങ്കിൽ അയാൾ അങ്ങയിൽ നിന്നു പറ്റിയ പണം തിരിച്ചുതരുമായി രുന്നോ? ഇല്ലെന്നു ഞാൻ കരുതുന്നു. ആ സ്ഥിതിക്ക് ഞാനാ കാശു സ്വീകരിക്കുന്നത് ഒട്ടും ശരിയല്ല. അഭിമാനബോധമുള്ള ഒരാൾക്ക് ഒട്ടും ചേരാത്ത നടപടിയാകുമത്."

"മി. ബെൽഫോർ, നല്ല മനസ്സുള്ള ഒരു മാന്യവ്യക്തിയാണ് താങ്കൾ. ഈ കാശു സ്വീകരിക്കണമെന്നതാണ് എന്റെ ആത്മാർത്ഥമായ അപേക്ഷ. താങ്കളുടെ സ്ഥാനത്ത് എന്റെ മക നാണെങ്കിലും ഇതേ ഞാൻ പറയൂ. ഈ കാശും ഒപ്പം എന്റെ സൗഹൃദവും സ്വീകരിച്ചാലും."

എന്നാൽ ഞാനാ കാശുവാങ്ങില്ലെന്ന തീരുമാനത്തിൽ തന്നെ ഉറച്ചു നിന്നു. ഏതായാലും അങ്ങേരത് നല്ല രീതിയിൽ തന്നെ സ്വീകരിച്ചു ഞങ്ങൾ നല്ല ചങ്ങാതികളായി പിരിഞ്ഞു. എന്നാൽ അലനോടുള്ള വിരോധത്തിൽ കുറവുണ്ടായില്ലെന്നു മാത്രമല്ല, അയാളോടു മിണ്ടാൻ പോലും ഞാൻ വിസമ്മതിച്ചു. ദേഷ്യത്തോടൊപ്പം അയാൾക്ക് നാണക്കേടും തോന്നുന്നുണ്ടാ കണം. എന്റെ കാശുകൂടി കളഞ്ഞു കുളിച്ചതിനെക്കുറി ച്ചോർത്തുള്ള നാണക്കേട്, അതു നഷ്ടപ്പെട്ടതിനെച്ചൊല്ലി ഞാൻ കാട്ടിയ നീരസമോർത്ത് ദേഷ്യവും.

"ഒരു നിസ്സാരകാര്യത്തെ ചൊല്ലി രണ്ടു സുഹൃത്തുക്കൾ ഈ രീതിയിലല്ല പെരുമാറേണ്ടത്." ഒടുവിൽ അയാൾ പറഞ്ഞു. "സോറി. ഡേവിഡ്. ഒരിക്കൽ നിങ്ങളെന്റെ ജീവൻ രക്ഷിച്ചു. ഇപ്പോൾ കാശിനും കടപ്പെട്ടിരിക്കുന്നു. ദയവായി ആ കടങ്ങ

ളുടെ ഭാരം ഒന്നുകൂടി വർദ്ധിപ്പിച്ച് എന്നെ കൂടുതൽ വിഷമിപ്പിക്കരുതേ!"

ഇത്രയും കേട്ടിട്ടും പക്ഷേ, ഞാനയാളോട് സംസാരിക്കാൻ കൂട്ടാക്കിയില്ല. ഒരു നല്ല ചങ്ങാതിയെന്ന നിലയിൽ ഞാനയാളെ വിശ്വസിച്ചു. എന്നിട്ടും രോഗം ബാധിച്ചു കിടക്കെ എന്റെ കാശു മുഴുവൻ ചോദിച്ചു വാങ്ങി. ചതിച്ചില്ലെങ്കിൽ പിന്നെ മറ്റെന്താണത്? ഇനിയങ്ങോട്ട് ഒരു ബന്ധവും നമ്മൾ തമ്മിൽ വേണ്ട. എന്നാൽ കൂടുതലായി ആലോചിച്ചപ്പോൾ സ്വന്തം ബുദ്ധിശൂന്യതയോർത്ത് ലജ്ജ തോന്നി. എങ്കിലും പരസ്പരം സംസാരിക്കാതെ മൂന്നു ദിവസം ഒന്നിച്ചു നടന്നു. കുന്നുകളും പുഴകളും മേടുകളും ഒന്നിച്ചു കടന്നു.

കാലാവസ്ഥ കഠിനമായിരുന്നു. ഭക്ഷണം കുറവും. പോരാത്തതിന് മഴയും. തലയ്ക്കു മുകളിൽ മഴയെങ്കിൽ കീഴെ നനഞ്ഞു ചളികെട്ടിയ നിലം. മര്യാദയ്ക്കൊന്നു കിടക്കാൻ പോലും സൗകര്യമില്ലാത്ത അവസ്ഥ. തണുപ്പാണെങ്കിൽ അതികഠിനവും കൂനിന്മേൽ കുരുവെന്ന പോലെ കഠിനമായ പള്ളവേദന അനുഭവപ്പെട്ടു തുടങ്ങി. അലൻ വന്ന് കാര്യങ്ങൾ അന്വേഷിക്കുന്നുണ്ട്. സഹായിക്കാനൊരുമ്പെടുന്നുണ്ട്. എന്നാൽ നിർദ്ദയം അതെല്ലാം അവഗണിക്കാനാണ് ആ അവസ്ഥയിലും എനിക്കു തോന്നിയത്. എന്തു പറഞ്ഞാലും വാതുറക്കില്ലെന്ന് ഞാൻ ശപഥം ചെയ്തു. വേദനയാണെങ്കിൽ ഓരോ നിമിഷവും കൂടുതൽ കഠിനമായിക്കൊണ്ടിരുന്നു. എന്നിട്ടും തീരുമാനം മാറ്റാൻ തോന്നിയില്ല.

എന്റെ ഭയാശങ്കകൾ വർദ്ധിച്ചുകൊണ്ടിരുന്നു. വഴിയിൽ കിടന്നു മരിക്കുന്നതായി സങ്കല്പിച്ചു. അലനോടെന്നതിനേക്കാൾ എന്നോടു തന്നെയാണെനിക്കിപ്പോൾ ദേഷ്യം തോന്നുന്നത്. നശിച്ച എന്റെയീ സ്വഭാവം, ഒരിക്കൽ ഒരാളോടു പിണങ്ങിക്കഴിഞ്ഞാൽ പിന്നെ പൊരുത്തപ്പെട്ടുപോകാൻ വിഷമമാണ്. സ്വയം അങ്ങനെ പെട്ടെന്നു ചൂടാകുന്ന കൂട്ടത്തിലൊന്നുമല്ല. എന്നാലും ചെറിയ തെറ്റിനുപോലും മാപ്പുകൊടുക്കാൻ കഴിയുന്നില്ല.

ആവർത്തിച്ചാവർത്തിച്ച് അപേക്ഷിച്ചിട്ടും സഹായം സ്വീകരിക്കുന്നില്ലെന്നു കണ്ട് അലനു നല്ല വിഷമം തോന്നുന്നുണ്ടെന്ന് എനിക്കറിയാം. "ഇനി ഞാൻ ചോദിക്കില്ല. ആ ചുമട് എനിക്കു

തന്നാലെന്താ?" ശരിയാണ് ഞാൻ ചുമക്കുന്ന ഭാണ്ഡം എന്നെ വല്ലാതെ വിഷമിപ്പിക്കുന്നുണ്ട്. പത്താമത്തെ തവണയൊന്നുമല്ല അയാൾ അത് ആവശ്യപ്പെടുന്നത്. എന്നിട്ടും പിടിവാശിയോടെ മുഖം വീർപ്പിച്ച് നടത്തം തുടങ്ങുകയാണ് ഞാൻ. ഇടറിയും വീഴാനാഞ്ഞും. ഏതു സമയത്തും ജീവൻ പോകാം. അത്രയ്ക്കും അവശതയുണ്ട്.

അലൻ ഇപ്പോൾ അടവുമാറ്റിയെന്നു തോന്നുന്നു. ഓരോന്നു പറഞ്ഞ് പരിഹസിക്കുകയാണെന്നെ അയാളിപ്പോൾ. ചീത്ത പറയുന്നുമുണ്ട്. എന്നിട്ട് ഒളിഞ്ഞു മുഖത്തുനോക്കി ചിരിക്കും.

ഇതെല്ലാം പുല്ലാണെന്നമട്ടിൽ ആനന്ദിച്ച് രസിച്ച് ജെക്കോബൈറ്റുകളുടെ ഒരു പാട്ടിന്റെ ഈണത്തിൽ ചൂളമടിച്ചുകൊണ്ട്..... ഞാനാണെങ്കിലോ ക്ഷീണം സഹിക്കാൻ കഴിയാതെ, എന്നാൽ, ദുരഭിമാനംകൊണ്ട് അതൊന്നും പുറത്തു കാട്ടാതെയും, വെറുതെ വഴക്കുണ്ടാക്കിയത് ശരിയല്ലെന്നറിയാം. ഞാനാണെല്ലാം തുടങ്ങി വെച്ചതെന്നു നല്ല ബോദ്ധ്യമുണ്ട്. അവസാനമിപ്പോൾ 'സോറി' പറയാൻ പോലും കഴിയാത്തരീതിയിൽ ആകെ പരവശനായി. പെട്ടെന്ന് എന്റെ കോപമെല്ലാം അണപൊട്ടി ഒഴുകി. അവൻ എന്നെ 'വിഗ്' എന്നു സംബോധന ചെയ്തതായിരുന്നു കാരണം.

"മി. സ്റ്റുവർട്ട്"* എന്ന് വിറയ്ക്കുന്ന സ്വരത്തിൽ ഞാനതിനോടു പ്രതികരിച്ചു. "നിങ്ങൾക്ക് എന്നെക്കാൾ പ്രായമുണ്ട്. അതുകൊണ്ട് കുറേക്കൂടി സംയമനം കാണിക്കേണ്ടത് നിങ്ങളാണ്. എന്റെ രാജാവിനെക്കുറിച്ചോ സുഹൃത്തുക്കളെക്കുറിച്ചോ മോശമായി ഒരക്ഷരം പോലും പറഞ്ഞു പോകരുത്. ക്യാംപ്ബെലുക്കാരെല്ലാം എനിക്ക് ഏറ്റവും വേണ്ടപ്പെട്ടവരാണെന്നറിയാമല്ലോ. വിഗുകൾ താങ്കളെ യുദ്ധം ചെയ്തു തോല്പിച്ചിട്ടുണ്ടാകാം. നാട്ടിൽ നിന്ന് ഓടിച്ചിട്ടുണ്ടാകാം. പക്ഷേ, ചുരുങ്ങിയ പക്ഷം അവർ നിങ്ങളെക്കാൾ നല്ലവരാണെന്നെങ്കിലും സമ്മതിക്കണം." ഞാൻ പറഞ്ഞു.

അതുകേട്ട് അലൻ ചലനമറ്റു നിന്നു. പിന്നെ, ചില കാര്യങ്ങൾ ഒരിക്കലും മറക്കാനാകില്ലെന്ന് പ്രതിവചിച്ചു.

---

* ജെയിംസ് രാജാവിന്റെ കുലപ്പേര് പറഞ്ഞ് അപമാനിക്കുന്നു.

“ഒന്നും മറക്കാൻ ഞാനാവശ്യപ്പെട്ടിട്ടില്ല. പക്ഷേ, ഞാൻ തയ്യാർ!” ഞാൻ പറഞ്ഞു.

“തയ്യാർ?”

അപ്പോഴേക്കും വാളൂരി ഞാൻ അടുത്തു കഴിഞ്ഞിരുന്നു. “രണ്ടിലൊന്ന് ഇപ്പോൾ തീരുമാനിക്കണം!”

“എന്താണിത് ഡേവിഡ്, നിനക്കു ഭ്രാന്തു പിടിച്ചോ, ഞാൻ വാളെടുത്താൽ..... ഇല്ല, ഒരു കൊലപാതകിയാകാൻ ഞാനാഗ്ര ഹിക്കുന്നില്ല.”

“എന്നെ ആക്ഷേപിക്കും മുമ്പ് രണ്ടു വട്ടം ചിന്തിക്കണമാ യിരുന്നു.”

“ഞാനൊരു സത്യം തുറന്നു പറഞ്ഞു എന്നു മാത്രം.” എന്നു പറഞ്ഞു അലനും വാളെടുത്തു. എന്നാൽ അടുത്ത നിമിഷം തന്നെ അതു വലിച്ചെറിഞ്ഞ് നിലത്തേക്കു മറിഞ്ഞുവീണു.

“വേണ്ട, ഞാനതു ചെയ്യില്ല.”

ആ നിമിഷം എനിക്കു പശ്ചാത്താപം തോന്നി. പറഞ്ഞതു പിൻവലിക്കാൻ ഏതറ്റം വരെ പോകാനും തയ്യാറായി. എന്നാൽ വാവിട്ട വാക്ക് ആർക്കാനും തിരിച്ചെടുക്കാനാകുമൊ? അലനു മായുള്ള ചങ്ങാത്തം എന്നെന്നേക്കുമായി നഷ്ടപ്പെടുകയാണെന്ന് ഞാൻ ഭയന്നു.

എന്റെ ചങ്ങാതിയുടെ സ്വഭാവഗുണങ്ങളും ധീരതയും ഒരു നിമിഷം എന്റെ മുന്നിലൂടെ മിന്നിമറഞ്ഞു. ഞാൻ അയാൾക്കു നേരെ ഉപയോഗിച്ച ആക്ഷേപവാക്കുകൾ എന്നെ തിരിഞ്ഞു കുത്തി. എല്ലാമോർത്ത് എനിക്ക് തല ചുറ്റി. മാപ്പുപറഞ്ഞിട്ടെന്തു കാര്യം? ഞാൻ വിചാരിച്ചു. പകരം ഞാനെന്റെ ദുരഭിമാനം ഉപേ ക്ഷിക്കുകയാണ് വേണ്ടത്. അങ്ങനെ ചെയ്താൽ ആ നിമിഷം തന്നെ സഹായത്തിനുള്ള ദീനമായ ഒരപേക്ഷയിലൂടെ അലൻ എന്ന സുഹൃത്തിനെ എനിക്കു തിരിച്ചെടുക്കാൻ കഴിയും.”

“എന്നെയൊന്നു താങ്ങൂ അലൻ. ഞാൻ മരിച്ചു പോകും.” നിർലജ്ജം ഞാൻ പറഞ്ഞു. അതുകേട്ടതും എഴുന്നേറ്റിരുന്ന് അയാൾ എന്നെ തുറിച്ച് നോക്കി.

“ആൾപ്പാർപ്പുള്ള ഒരു വീട് കണ്ടുപിടിക്കൂ ചങ്ങാതി. അവിടെ കിടന്ന് സമാധാനമായി ഞാൻ മരിച്ചുകൊള്ളാം.”

കല്ലിനെപ്പോലും അലിയിക്കാൻ കഴിയുന്ന രീതിയിൽ ദീന ദീനമായി ഞാൻ കരഞ്ഞു. "പള്ളവേദന സഹിക്കാനാകുന്നില്ല അലൻ. ചുട്ടുപഴുത്ത ഇരുമ്പുദണ്ഡുകൊണ്ട് കുത്തിയാലും ഇത്ര വേദന അനുഭവപ്പെടില്ല. ഞാൻ മരിച്ചാൽ നിങ്ങൾ എന്നോട് ക്ഷമി ക്കുമോ? ഏറ്റവും ദേഷ്യം തോന്നിയപ്പോൾ പോലും ഞാൻ നിങ്ങളെ ഏറ്റവുമധികം സ്നേഹിച്ചിട്ടുണ്ട്. ചങ്ങാതി!"

"അങ്ങനെയൊന്നും പറയല്ലെ പ്രിയപ്പെട്ട ഡേവിഡ്! ഞാനൊന്നു നിന്നെ കെട്ടിപ്പിടിച്ചു കൊള്ളട്ടെ. അങ്ങനെ... അങ്ങനെ... ശരി. എനിക്കു സമാധാനമായി..... ഇനി നമുക്കൊരു ആൾപ്പാർപ്പുള്ള വീടു കണ്ടെത്താം. നല്ലവനായ ഒരു സുഹൃ ത്തിന്റെ...." അലൻ പൊട്ടിക്കരഞ്ഞു. "ക്ഷമിക്കൂ ഡേവി, ഞാനൊരു ദുഷ്ടനാണ്. താൻ വെറുമൊരു പയ്യനാണെന്ന കാര്യംപോലും ഞാൻ മറന്നു. എന്റെ കാല്ക്കീഴിൽ കിടന്നു മരിക്കാൻ പോകു ന്നതു കണ്ടിട്ടും മനസ്സിളകിയില്ല. മരിക്കാറായ അവസ്ഥയിലും കൈത്താങ്ങു നല്കാതെ എത്ര ദൂരം ഞാൻ നിന്നെ ഒറ്റയ്ക്കു നടത്തി......... പാവം കുട്ടി!"

"അലൻ എന്റെ പ്രിയപ്പെട്ട അലൻ...... ഇങ്ങനെയൊന്നും പറ യല്ലെ. എന്നെപ്പോലെ നന്ദികെട്ട ഒരു മനുഷ്യനെ ഇങ്ങനെ സ്നേഹിക്കല്ലേ......"

"എനിക്കറിഞ്ഞുകൂട എന്റെ പൊന്നനിയാ എന്താണെനിക്കു പറ്റിയതെന്ന്. കലഹിക്കാത്ത ഒരു കുട്ടിയാണ് നീ എന്ന് വന്നാൽ നിന്നെ കൂടുതൽ സ്നേഹിക്കാനാകുമെന്ന് ഞാൻ വിചാരിച്ചു. എനിക്കു തെറ്റു പറ്റി. കലഹപ്രിയനായ ഒരു കുഞ്ഞനിയനെ ഞാനിപ്പോൾ പണ്ടത്തേതിലും കൂടുതലായി ഇഷ്ടപ്പെടുന്നു!"

രക്ഷകയായ പെൺകുട്ടി

ഭാഗ്യത്തിന് അലൻ മുട്ടിവിളിച്ച ആദ്യത്തെ വീട്ടിന്റെ ഉടമസ്ഥ അയാളുടെ ഒരടുത്ത കുടുംബ സുഹൃത്തായിരുന്നു. ഒരു മി. മക്ളറെൻ. ഹൃദ്യമായ സ്വീകരണം തന്നെ അവിടെ ലഭിച്ചു. രോഗി എന്ന നിലയിൽ എനിക്ക് എല്ലാ പരിചരണവും അപ്പോൾ തന്നെ ലഭിച്ചു. ഡോക്ടറെത്തി മുറിവുകൾ ഡ്രസു ചെയ്തതും പനി കുറയ്ക്കാൻ മരുന്നുകൾ നല്കിയ തുമെല്ലാം എത്ര പെട്ടെന്നായിരുന്നെന്നോ!

ഒരാഴ്ചകൊണ്ട് എന്റെ എല്ലാ അസുഖങ്ങളും മാറി. യാത്ര തുടരാൻ വിഷമമില്ലെന്നായി. എങ്കിലും ഏതാണ്ട് ഒരു മാസം അവിടെ കഴിഞ്ഞു. ഒറ്റയ്ക്ക് യാത്ര തുടരാൻ ഞാൻ വീണ്ടും വീണ്ടും അപേക്ഷിച്ചെങ്കിലും അലനത് ചെവിക്കൊണ്ടില്ല. എന്നെ തനിച്ചു വിട്ട് പോകാൻ അയാൾ എത്ര പറഞ്ഞിട്ടും തയ്യാറായില്ല. ഒരു മാസംവരെ തങ്ങേണ്ടി വന്നത് അതുകൊണ്ടാണ്.

ഈ ദിവസങ്ങളിൽ പകൽ സമയങ്ങളിൽ അയാൾ വീട്ടിലുണ്ടാവില്ല. കാട്ടിൽ വല്ലേടത്തും ഒളിച്ചിരിക്കുകയായിരുന്നത്രെ പതിവ്. ഇരുള് കറുത്താൽ എന്നെ വന്നു കാണും. നേരം വെളുക്കുവോളം അവിടെ തങ്ങും. മിസിസ് മക്ളറെൻ രാജകീയമായ രീതിയിലാണ് അയാളെ പരിചരിച്ചത്. അലൻ ബ്രെക്കിനെപ്പോലെ ഒര

തിഥിയെ സല്ക്കരിക്കാൻ അഭിമാനമുണ്ടെന്ന് അവരുടെ ഓരോ ചലനവും വിളംബരം ചെയ്യുന്നതായി എനിക്കു തോന്നി.

മി. മക്ളറെൻ ഡങ്കൻ ധു എന്ന പേരിലാണ് നാട്ടുകാർക്കിടയിൽ അറിയപ്പെടുന്നത്. സംഗീതത്തിൽ ഏറെ താല്പര്യമുള്ള വ്യക്തിയായിരുന്നു. ചില ഉപകരണങ്ങളൊക്കെ ആ വീട്ടിൽ ഉണ്ടായിരുന്നു. അത് എന്റെ വിശ്രമ സമയങ്ങളെ ആസ്വാദ്യ പൂർണ്ണമാക്കി. രാത്രി വൈകുവോളം അയാൾ ഉപകരണങ്ങൾ വായിച്ചിരിക്കും.

വീട്ടിനു വെളിയിൽ ചില ഭടന്മാർ വന്നും പോയും കൊണ്ടിരുന്നു. അവരിൽ ചിലരെല്ലാം എന്റെ സാന്നിദ്ധ്യം തിരിച്ചറിഞ്ഞെങ്കിലും ചോദ്യങ്ങളൊന്നുമുണ്ടായില്ല. ആഗസ്ത് മാസത്തിലെ സുഖകരമായ അന്തരീക്ഷമായിരുന്നു.

യാത്ര പുനരാരംഭിക്കാൻ നേരത്ത് കൈയിൽ ഒറ്റപ്പൈസയില്ലായിരുന്നു. ക്വീൻസ്ഫെറി ഭാഗത്തേക്ക് തിരിച്ചെത്തണം, റാങ്കീലർ വക്കീലിനെ കാണണം. അച്ഛന്റെ സ്വത്തുക്കളെക്കുറിച്ചു സംസാരിക്കണം. ഇതൊക്കെയായിരുന്നു ഞാനെടുത്ത തീരുമാനങ്ങൾ. അലനുമായി സംസാരിച്ച് അവിടേക്കെത്തേണ്ട വഴികളെക്കുറിച്ച് ഏതാണ്ട് ഒരു ധാരണ അതിനകം ഉണ്ടാക്കി വെച്ചിരുന്നു. അധിക ദൂരെയുള്ള ആ സ്ഥലം അലനു പരിചയമുണ്ട്.

പക്ഷേ, കൈയിൽ കാശില്ലാതെ എങ്ങനെ ലക്ഷ്യം പൂർത്തിയാക്കും? പട്ടിണികിടന്ന് രണ്ടുപേരും ചത്തുപോകുമെന്നു ഞാൻ ഭയന്നു. ഇനി അഥവാ റാങ്കീലറെ കണ്ടെത്തിയാൽ തന്നെ അയാൾ എന്നെ സഹായിക്കുമെന്ന് എന്താണുറപ്പ്? ഇങ്ങനെ വേണ്ടതും വേണ്ടാത്തതുമായ ഓരോ കൃത്യം ചിന്തിച്ച് വഴി നീളെ ഞാൻ അസ്വസ്ഥനായിരുന്നു. എന്നാൽ അലന് ഒരു കൂസലുമില്ലായിരുന്നു.

താണ പ്രദേശങ്ങളിലേക്കു പ്രവേശിക്കാനായി ഇടയിൽ ഫോർത്ത് എന്ന പുഴ കടക്കേണ്ടതുണ്ടായിരുന്നു. പേരുകേട്ട സ്റ്റിർലിങ് പാലം അതിനു കുറുകെയാണ്. ചരിത്ര പ്രസിദ്ധമായ ഏറെ പോരാട്ടങ്ങൾ നടന്ന സ്ഥലമാണ് അതിനപ്പുറം. എന്നാൽ ഞങ്ങളെത്തിയപ്പൊഴോ, പാലത്തിന് സൈന്യം കാവൽ

നില്ക്കുന്നു. ആ വഴി രക്ഷപ്പെടാനാകില്ലെന്നുറപ്പ്. ഞാനാകെ നിരാശയിലാണ്ടു. നദിക്കരയിലൂടെ ആരും കാണാതെ നടന്ന് രക്ഷപ്പെടാൻ പറ്റുമോ എന്ന് ശ്രമിച്ചുനോക്കാമെന്ന് അലൻ നിർദ്ദേശിച്ചു. നദി കടലിലേക്ക് ഒഴുകിച്ചേരുന്ന സ്ഥലമാണ്. റെഡ്കോട്ടുകൾ കടൽത്തീരത്തു കാവൽ നില്ക്കാനുള്ള സാദ്ധ്യത തീരെ കുറവാണെന്ന് അലൻ പറഞ്ഞു.

എന്നാൽ കടലെന്ന് കേട്ടപ്പോൾത്തന്നെ എനിക്കു പേടിയായി. പുഴകടക്കാൻ തന്നെ ധൈര്യമില്ലാത്ത സ്ഥിതിക്ക് കടൽമാർഗ്ഗം സഞ്ചരിക്കുന്നതെങ്ങനെയെന്നു ഞാൻ വേവലാതിപ്പെട്ടു.

"അവിടെ നമുക്കൊരു വഞ്ചി കണ്ടെത്താൻ വിഷമമുണ്ടാകുമെന്നു തോന്നുന്നില്ല," അലൻ ധൈര്യപ്പെടുത്തി. "പക്ഷേ, എല്ലാറ്റിനും കാശു വേണ്ടേ?" അതിന് എവിടെ പോകുമെന്നായി ഞാൻ. അതുകേട്ട്, "നീ ഇത്രയും ആലോചനയില്ലാത്ത ഒരു കുട്ടിയായിപ്പോയല്ലോ" എന്ന് അലൻ പരിഹസിച്ചു. "മനുഷ്യനായാൽ എന്തെങ്കിലും വിശ്വാസം വേണം." അയാൾ പറഞ്ഞു. "തോണിക്ക് പണം കൊടുക്കാനില്ലെങ്കിൽ ഞാൻ സ്വന്തമായി ഒന്നുണ്ടാക്കും. എന്താ അനിയനു ഇനിയും സംശയം മാറിയില്ലേ? തല്ക്കാലം താൻ മിണ്ടാതിരുന്നാൽ മതി ആലോചനയൊക്കെ അലൻ നടത്തിക്കൊള്ളാം?" എനിക്ക് സമാധാനമായി. അയാൾ പറഞ്ഞാൽ പറഞ്ഞതുതന്നെ!

രാത്രി മുഴുവൻ നടന്ന് ഒരു ഗ്രാമത്തിലെത്തി. നേരം പുലർന്നു കഴിഞ്ഞിരുന്നു. അവിടെയുമുണ്ട് ഒരു പുഴ. ക്വീൻസ് ഫെറി അതിനപ്പുറമാണെന്നും മനസ്സിലായി.

"പക്ഷികൾക്കു പറന്നു പോകാം. വഞ്ചികൾക്കു തുഴഞ്ഞു പോകാം. എനിക്കുമാത്രം ഈ പുഴ നീന്തിക്കടക്കാൻ ധൈര്യമില്ലല്ലോ എന്റെ ദൈവമെ!" നിരാശയോടെ ഞാൻ പറഞ്ഞു.

എന്നാൽ അതൊന്നും ശ്രദ്ധിക്കാതെ അലൻ എന്നെ വഴിവക്കിലെ ചെറിയൊരു സത്രത്തിലേക്കു കൂട്ടിക്കൊണ്ടുപോയി. അവിടെ ഒരു പെൺകുട്ടി റൊട്ടിയും പാൽക്കട്ടിയും കഴിക്കാൻ തന്നു. അതിനിടെ തുടർന്നുള്ള നടപടികളെക്കുറിച്ച് അലൻ ഒരു തീരുമാനത്തിലെത്തിയിട്ടുണ്ടെന്നു ഞാൻ മനസ്സിലാക്കി.

“ഡേവിഡ് നീ ആ പെൺകുട്ടിയെ കണ്ടില്ലേ? ഒറ്റ നോട്ടത്തിൽ നല്ലവളാണെന്നു തോന്നുന്നില്ല? വിശക്കുന്നവരോടും കാണാൻ കൊള്ളാവുന്ന പയ്യന്മാരോടും ഇത്തരക്കാർക്ക് സഹാനുഭൂതിയുണ്ടാകും. ഇവളെ വച്ച് നമുക്ക് നമ്മുടെ കളി ആരംഭിക്കാം. ഒരു നാടകം കളി. ഒരു വഞ്ചി തരപ്പെടും വരെ മാത്രം.”

ഇത്രയും പറഞ്ഞശേഷം, ഭക്ഷണം കഴിഞ്ഞ് പുറത്തിറങ്ങിയ ഞങ്ങൾ രണ്ടുപേരും തിരികെ സത്രത്തിലേക്കു തന്നെ ചെന്നു. നടക്കാൻ തീരെ വയ്യെന്ന മട്ടിൽ അലൻ എന്നെ ചുമന്നിരിക്കുകയാണ്. ചിരിപൊട്ടുന്നുണ്ടായിരുന്നെങ്കിലും പണിപ്പെട്ട് ഞാനതടക്കിവെച്ചു. അലൻ നേരെ ചെന്ന് എന്നെ ഒരു ഇരിപ്പിടത്തിൽ ചാരിക്കിടത്തി. പിന്നെ പോക്കറ്റിൽ സൂക്ഷിച്ചിരുന്ന കുപ്പിയിലെ ബ്രാന്റി അല്പാല്പമായി എന്റെ വായിലൊഴിച്ചു തന്നു.

“അയ്യോ, പാവം!” എന്ന് അതു കണ്ട് പെൺകുട്ടി സഹതാപവുമായി അടുത്തു വന്നുനിന്നു. ഈ കുട്ടിക്ക് ആരുമില്ലേ എന്ന് അനന്തരമവൾ അലനോടു ചോദിച്ചു.

“ആളുകളൊക്കെയുണ്ട്. പണക്കാരായ ചങ്ങാതിക്കാർ എത്ര വേണമെങ്കിലുമുണ്ട്. പക്ഷേ, എങ്ങനെ അവരുടെ അടുത്തെത്തുമെന്നതാണ് പ്രശ്നം. എത്തിക്കഴിഞ്ഞാൽ പിന്നെ ഒന്നും പേടിക്കാനില്ല. ഭക്ഷണം, പണം, ഡോക്ടറുടെ സഹായം എല്ലാം ഇഷ്ടംപോലെ കിട്ടും. പക്ഷേ, ഈ പുഴകടന്ന് എങ്ങനെ എത്തിക്കും? ഇവിടെ നിന്നു പോകാൻ കഴിയാതെ പോയാൽ പിച്ചക്കാരേക്കാൾ കഷ്ടമാകും ഞങ്ങളുടെ കാര്യം.”

ഇത്രയും പറഞ്ഞ ശേഷം ജെക്കോബൈറ്റുകൾക്ക് ഏറെ പ്രിയങ്കരമായ, ചാർലി എന്റെ പ്രിയപ്പെട്ടവനെ എന്ന പാട്ട് മൂളാൻ തുടങ്ങി.

“ശ്..... ശ്....” ചുറ്റും പേടിയോടെ നോക്കി ഈ പാട്ട് ഇവിടെ പറ്റില്ലെന്ന മട്ടിൽ ആ പെൺകുട്ടി. “പക്ഷേ, ഇയാൾ തീരെ കുട്ടിയാണല്ലോ” എന്ന് അലനെ നോക്കി കുശു കുശുത്തു. ജോർജു രാജാവ് നിരോധനമേർപ്പെടുത്തിയ പ്രസിദ്ധമായ ആ ട്യൂൺ കേട്ടതും അവൾക്ക് കാര്യങ്ങൾ മനസ്സിലായിക്കഴിഞ്ഞെന്നു വ്യക്തമായിരുന്നു.

"കാഴ്ചയ്ക്ക് അങ്ങനെ തോന്നുമെങ്കിലും പ്രായം...." എന്നു പറഞ്ഞ് അയാൾ എന്റെ കഴുത്തിനു പിന്നിൽ കുറുകെയായി വിരലോടിച്ച് ഒരു സൂചന നല്കി. ഉടൻ നാട്ടിലെത്തിക്കാൻ കഴിയാത്ത പക്ഷം ശത്രുക്കൾ എന്റെ കഥ കഴിക്കാനിടയുണ്ടെന്നർത്ഥം.

"എന്റെ ഈശ്വരാ, അതൊരു മഹാപാതകം തന്നെ ആയിരിക്കുമല്ലോ...." പെൺകുട്ടിയുടെ സ്വരം കൂടുതൽ ആർദ്രമായി.

"ഉടനെ തന്നെ ഞങ്ങൾക്ക് ക്വീൻസ് ഫെറിയിലെത്താൻ കഴിയാതെ പോയാൽ ശരിക്കും അതുതന്നെയാണ് സംഭവിക്കാൻ പോകുന്നത്." ശബ്ദത്തിൽ പരമാവധി ദുഃഖം നിറച്ച് അലൻ പറഞ്ഞു. ഇതു കേട്ടതും പെൺകുട്ടി അകത്തു ചെന്ന് കുറേ പലഹാരവും വീര്യമുള്ള വീഞ്ഞുമായി തിരിച്ചു വന്ന് അത് അലനെ ഏല്പിച്ചു. തന്റെയൊരു സമ്മാനമാണെന്നും സത്രമുടമയായ പിതാവ് പുറത്തു പോയിരിക്കുകയാണെന്നും അന്നത്തെ ദിവസം കച്ചവടം തന്റെ ചുമതലയിലാണെന്നും പറഞ്ഞ് ഞങ്ങളെ ആശ്വസിപ്പിച്ചു.

രുചികരമായ ആ ഭക്ഷണം കഴിക്കുന്നതിനിടയിൽ വഞ്ചിയുടെ കാര്യം ഒരിക്കൽക്കൂടി അലൻ ഓർമ്മിപ്പിച്ചു. അവളാകെ വിഷമത്തിലായിരിക്കുകയാണെന്ന് മുഖഭാവം വ്യക്തമാക്കി. രാജ്യത്തു നിന്ന് പുറത്താക്കിയ രണ്ടുപേരെ സഹായിക്കുന്നതിനെക്കുറിച്ച് ആ കുട്ടി രണ്ടഭിപ്രായത്തിലാണെന്ന് അവളുടെ മുഖഭാവം വ്യക്തമാക്കി.

"ക്യൂൻസ്ഫെറി നാട്ടിലെ റാങ്കീലർ വക്കീലിനെക്കുറിച്ച് കുട്ടി കേട്ടിട്ടുണ്ടോ?" പെട്ടെന്ന് ഞാൻ ചോദിച്ചു.

"പിന്നില്ലാതെ," അവളുടെ മുഖം വികസിച്ചു. "ആ നല്ല മനുഷ്യനെപ്പറ്റി കേൾക്കാത്തവർ ഈ നാട്ടിൽ ആരാണുള്ളത്?"

"അദ്ദേഹത്തെ കാണാൻ പോവുകയാണ് ഞങ്ങൾ. ഞങ്ങൾ നല്ല ആളുകളാണെന്ന് കുട്ടിക്ക് ഇതിൽ നിന്നുതന്നെ മനസ്സിലാകുമല്ലോ. ചില പിഴവുകൾ സംഭവിച്ചതു മൂലം എന്റെ ജീവൻ തന്നെ അപകടത്തിലായിരിക്കുകയാണ്. ജോർജ് രാജാവിനെ

എന്നെപ്പോലെ ഇഷ്ടപ്പെടുന്ന വേറൊരാൾ സ്കോട്ട്ലന്റിലുണ്ടാകില്ലെന്നതാണ് പരമാർത്ഥം...."

എന്റെയീ വാക്കുകൾ കേട്ട് അവളുടെ മുഖം വീണ്ടും തെളിഞ്ഞു. നേരെ മറിച്ച് അലന്റേത് ഇരുളുകയും ചെയ്തു.

എന്നാൽ അന്നു രാത്രി ചിലതു സംഭവിച്ചു. ഇരുട്ടിന്റെ മറവിൽ ആ പെൺകുട്ടി ഞങ്ങളെ സഹായിച്ചു. സ്വന്തം പിതാവ് ഉറക്കമായ നേരം നോക്കി അവൾ ഞങ്ങളുടെ സഹായത്തിനെത്തി. ഒരു അയൽക്കാരനിൽ നിന്ന് സൂത്രത്തിൽ അവളൊരു തോണി സംഘടിപ്പിച്ചു തന്നു. അത് നദിയിലിറക്കി അവൾ തന്നെ തുഴഞ്ഞ് ഞങ്ങളെ അക്കരയെത്തിച്ചു. എന്തു പറഞ്ഞാണ് കൃതജ്ഞത പ്രകടിപ്പിക്കേണ്ടതെന്നറിയാതെ ഞങ്ങൾ രണ്ടുപേരും തെല്ലിട കുഴങ്ങി നിന്നു. പെൺകുട്ടിയാകട്ടെ, ഞങ്ങൾക്കൊരു പുഞ്ചിരി സമ്മാനിച്ച് തിരിച്ചുപോയി. വിജനതയോ കൂരിരുട്ടോ ഒന്നും അവൾക്കൊരു പ്രശ്നമല്ലായിരുന്നു.

പിറ്റേന്ന് പ്രഭാതമായതും അലനെ തനിച്ചു വിട്ട് ഞാൻ റാങ്കീലറെ തേടി പോയി. നേരമസ്തമിക്കും വരെ വല്ല പാടത്തോ മറ്റോ ഒളിഞ്ഞു കഴിഞ്ഞോളാമെന്നു പറഞ്ഞ് അലൻ എന്നെ യാത്രയാക്കി.

അലൻ പഠിപ്പിച്ച മലനാട്ടുകാരുടെ ഒരു പാട്ടും മൂളിക്കൊണ്ട് ഞാൻ വക്കീലിനെ അന്വേഷിച്ചിറങ്ങി. ഇന്നും ഞാനതെന്റെ മനസ്സിൽ സൂക്ഷിക്കുന്നു, സംഭവബഹുലമായ ആ ദിനത്തിന്റെ ഓർമ്മകൾ ഇന്നുമത് എന്റെ മനസ്സിൽ നിറയ്ക്കുന്നു. എന്നെ കൊന്നുകളയാനുള്ള സൂചനയായി മുമ്പ് അലൻ ആ പാട്ട് ആലപിച്ച ദിവസം.... നേരം വെളുക്കുന്നതും കാത്ത് അന്ന് ഞങ്ങൾ കടലോരത്ത് കാത്തിരിക്കുകയായിരുന്നല്ലോ.

റാങ്കീലർ വക്കീൽ

സൂര്യനുദിക്കും മുമ്പുതന്നെ ഞാൻ ക്വീൻസ് ബെറി പട്ടണത്തിന്റെ പ്രധാന തെരുവിലെത്തി. പട്ടണം ഉണരാൻ തുടങ്ങിയിട്ടേ ഉണ്ടായിരുന്നുള്ളൂ വക്കീൽ എന്തു പറയുമോയെന്നോർത്ത് മനസ്സാകെ കലുഷിതമായിരുന്നു. അച്ഛന്റെ സ്വത്തിന് ഞാൻ എന്തു തെളിവു ഹാജരാക്കും? ആളുകൾ സംശയത്തോടെയാണ് എന്നെ നോക്കുന്നതെന്നു തോന്നി? കീറിപ്പറിഞ്ഞ വസ്ത്രങ്ങളും മറ്റും എന്നെക്കുറിച്ച് തെറ്റിദ്ധാരണകൾ ഉണ്ടാക്കിയിരിക്കണം.

വക്കീലിന്റെ വീടു ചോദിക്കാൻ ഞാൻ മടിച്ചു നിന്നു. അതുകൊണ്ട് എങ്ങും പോകാതെ കുറേ നേരം അവിടെയുമിവിടെയും അലഞ്ഞു നടന്നു. അവസാനം രണ്ടും കല്പിച്ച് അതി സുന്ദരമായ ഒരു മണിമാളികയുടെ മുമ്പിൽ ചെന്നു നിന്ന് അകത്തേക്കു നോക്കി.

ആ സമയം തന്നെ അകത്തു നിന്ന് പ്രായം ചെന്ന ഒരു മനുഷ്യൻ വാതിൽ തുറന്ന് പുറത്തേക്കു വന്നു. കാരുണ്യം വഴിഞ്ഞൊഴുകുന്ന മുഖം ആദരണീയമായ ഭാവം. കണ്ണടയൊക്കെ ധരിച്ച് ആഢ്യന്മാരുടെ വേഷമൊക്കെയായി അങ്ങനെ ഒരാൾ.

നേരെ അടുത്തു ചെന്ന് റാങ്കീലർ വക്കീലിനെ കാണാൻ പറ്റുമോ എന്നു ചോദിച്ചതും ആൾ പുഞ്ചിരിപൊഴിച്ചുകൊണ്ട് ഓ, കാണാമല്ലോ എന്നു മറുപടി പറഞ്ഞു. "പക്ഷേ, നിങ്ങളെ

കണ്ടിട്ട് അത്ര പരിചയം തോന്നുന്നില്ലല്ലോ. ആരാണെന്നു പറഞ്ഞാൽ ഉപകാരമാകും."

ഡേവിഡ് ബെൽഫോർ ആണെന്ന് അതിനു ഞാൻ മറുപടി നല്കി. ബെൽഫോർ എന്ന പേരു കേട്ടതും ആ മുഖം വികസിച്ചു.

"ആട്ടെ ഇപ്പോൾ എവിടെ നിന്നു വരുന്നു?"

"അപരിചിതങ്ങളായ പല നാടുകളിലും തെണ്ടിയ ശേഷം വരികയാണ് സാർ. എല്ലാം സ്വകാര്യമായി മാത്രം പറയാൻ കഴിയുന്ന കാര്യങ്ങളാണു സാർ." ഒറ്റശ്വാസത്തിൽ ഞാൻ പറഞ്ഞു.

തുടർന്ന് മി. റാങ്കീലർ എന്നെ തന്റെ പഠനമുറിയിലേക്കു കൊണ്ടുപോയി വാതിലടച്ചു.

ഞാൻ പറഞ്ഞതെല്ലാം അദ്ദേഹം ക്ഷമയോടെ കേട്ടു. കോമ്പ്ബെൽ അച്ചൻ എസെൻഡീനിൽ നിന്ന് ഇടക്കെല്ലാം വിവരങ്ങൾ അന്വേഷിക്കാറുണ്ടെന്ന് ഇടയിൽ പറഞ്ഞു. ഞാൻ വന്ന കാര്യം ഒരിക്കൽ എബനിസർ വല്യച്ഛന്- അല്ല ഇളയച്ഛന് സമ്മതിക്കേണ്ടിവന്നിട്ടുണ്ടത്രെ. ഒരു വലിയ തുക എനിക്കു നല്കിയിട്ടുണ്ടെന്ന് കള്ളം തട്ടി വിടുകയും ചെയ്തു. ആ കാശും കൊണ്ട് വിദ്യാഭ്യാസം തുടരാനായി ഞാൻ യൂറോപ്പിലേക്ക് പോയിരിക്കുകയാണെന്നാണ് അദ്ദേഹം വക്കീലിനെ ധരിപ്പിച്ചിരിക്കുന്നതെന്നും മനസ്സിലായി.

പിന്നീടൊരിക്കൽ ക്യാപ്റ്റൻ ഹൊസീസനെ കാണാനിടയായ കാര്യവും പറഞ്ഞു. ഒരു കപ്പൽച്ചേതത്തിൽ പെട്ട് ഞാൻ മരിച്ചുപോയ കാര്യമാണ് അയാൾക്ക് അറിയിക്കാനുണ്ടായിരുന്നത്. എന്നാൽ എബനിസറിനെക്കുറിച്ചോ, തട്ടിക്കൊണ്ടുപോയി കരോലിവിൻ എത്തിക്കാൻ ഏല്പിച്ച കാര്യത്തെക്കുറിച്ചോ ഒരക്ഷരം പറഞ്ഞിരുന്നില്ല.

പിന്നീടു ഞാൻ അലനെക്കുറിച്ച് എല്ലാം പറയാൻ തയ്യാറായി. തുടർന്ന് അയാളുടെയും രാജ്യഭ്രഷ്ടരാക്കപ്പെട്ട അയാളുടെ ചങ്ങാതിമാരുടെയും യഥാർത്ഥ പേരുകൾ പുറത്തു പറയുന്നതിനെ സുരക്ഷ മുൻ നോക്കി വക്കീൽ കർശനമായി വിലക്കി. തുടർന്നങ്ങോട്ട് അലനെ ഞങ്ങൾ തോംപ്സൺ എന്നു വിളി

ക്കാൻ തുടങ്ങി. അയാളുടെ ചങ്ങാതികൾക്കും അതേ രീതിയിൽ ഉചിതമായ പേരുകൾ കണ്ടെത്തേണ്ടി വന്നു.

"വിശ്വസിക്കാൻ പ്രയാസമുള്ള ഒരു കഥയാണു മോനേ നീ പറഞ്ഞത്", അവസാനം വക്കീൽ പറഞ്ഞു. "പക്ഷേ, അതിലെ ഓരോ വാക്കും ശരിയാണെന്ന് നിന്റെ മുഖം വ്യക്തമാക്കുന്നുണ്ട്. ഒരു ദിവസം നീ ഇതെല്ലാം കുറിച്ചു വെക്കണം കുട്ടീ. നിന്റെ കഥ കേട്ടിട്ട് ആപത്തുകളിൽ ചെന്നു ചാടാനുള്ള ഒരു പ്രത്യേക കഴിവു തന്നെ നിനക്കുള്ളതായി തോന്നുന്നു. പക്ഷേ, എന്തു കുഴപ്പമുണ്ടായാലും ആളുകളോട് നന്നായി പെരുമാറാനുള്ള ഒരു പ്രത്യേക കഴിവുതന്നെ നിനക്കുണ്ടെന്നും ഞാൻ മനസ്സിലാക്കുന്നു. നീ സൂചിപ്പിച്ച തോംപ്സൺ എന്ന മനുഷ്യനുണ്ടല്ലോ, കേട്ടിട്ട് അസാമാന്യ കഥാപാത്രമായി എനിക്കു തോന്നുന്നു. എന്തായാലും അന്തസ്സുള്ള ഒരു മാന്യൻ തന്നെയാണയാൾ, പെട്ടെന്ന് ചൂടാകുന്ന കൂട്ടത്തിലാണെങ്കിലും. ഏതായാലും കുട്ടിയുടെ വിഷമങ്ങളെല്ലാം അവസാനിച്ചു കഴിഞ്ഞതായി എനിക്കു തോന്നുന്നു. ഇനി ഒന്നുകൊണ്ടും പേടിക്കേണ്ടതില്ല, ഉറപ്പ്."

വക്കീൽ എനിക്ക് നല്ല വസ്ത്രങ്ങൾ തന്നു. വയറു നിറയെ ഭക്ഷണം വിളമ്പാൻ ഏർപ്പാടു ചെയ്തു. തുടർന്ന് എന്റെ കുടുംബത്തെക്കുറിച്ച് കൃത്യമായ ഒരു ധാരണ എനിക്കു നല്കി. ഷൊ ഭവനത്തിന്റെ യഥാർത്ഥ അവകാശി മൂത്ത ഷൊ ആയ എന്റെ പിതാവു തന്നെയാണെന്ന് വക്കീൽ തെളിവുകൾ സഹിതം എന്നെ പറഞ്ഞു ബോദ്ധ്യപ്പെടുത്തി.

ഇത്രയും ധനികനായ ഒരാൾ ഷൊ ഭവനത്തിൽ നിന്ന് ഭ്രഷ്ടനായി എസെൻഡീനിലെ ഒരു കാട്ടു മുക്കിൽ പാവപ്പെട്ട ഒരു അദ്ധ്യാപകനായി ജീവിതം തുടങ്ങേണ്ടി വന്ന സാഹചര്യം പിന്നെ എന്തായിരുന്നു എന്നും റങ്കീലർ എനിക്കു വിശദീകരിച്ചു തന്നു.

എല്ലാറ്റിനും തുടക്കമിട്ടത് ഒരു പ്രണയമായിരുന്നു. ജ്യേഷ്ഠാനുജന്മാർ രണ്ടുപേരും ഒരേ പെണ്ണിനെ സ്നേഹിച്ചതു മൂലമുണ്ടായ പ്രശ്നങ്ങളാണ് ഇങ്ങനെയൊരവസ്ഥയ്ക്കു വഴിവെച്ചത്. എന്നാൽ പെൺകുട്ടിക്ക് എന്റെ പിതാവിനോടായിരുന്നു ഇഷ്ടം. ഇളയച്ഛന് അത് താങ്ങാവുന്നതിലും വലിയ ആഘാത

മായി മാറി. പെൺകുട്ടി അലക്സാണ്ടറെയാണ് സ്നേഹിക്കുന്നതെന്നറിഞ്ഞ് അപസ്മാരബാധിതനെപ്പോലെ അദ്ദേഹം അലമുറയിട്ടു ബഹളമുണ്ടാക്കി. കളിപ്പാട്ടത്തിനു വേണ്ടി ശാഠ്യം പിടിച്ചു കരയുന്ന ഒരു കുട്ടിയെപ്പോലെ ഇളയച്ഛൻ പെരുമാറിയപ്പോൾ അച്ഛൻ അയഞ്ഞു.

അദ്ദേഹം എപ്പോഴും അങ്ങനെയൊരു മനുഷ്യനായിരുന്നു. ഒന്നിനും ഒരു വാശിയുമില്ലാത്ത രീതിയായിരുന്നു അദ്ദേഹത്തിന്റേത്. പുസ്തകങ്ങളിലും വായനയിലും വലിയ കമ്പമായിരുന്നു. ലൈബ്രറിയിൽ കയറി വാതിലടച്ചിരുന്ന് പുസ്തകങ്ങളിൽ മുഖം പൂഴ്ത്തി അദ്ദേഹം തന്റെ ദുഃഖം മറക്കാൻ ശ്രമിച്ചു.

എന്നാൽ ഇളയച്ഛൻ അതിസമർത്ഥനായിരുന്നു. സ്നേഹമെല്ലാം വെറും അഭിനയമായിരുന്നു. സത്യത്തിൽ അദ്ദേഹത്തിന്റെ കണ്ണു മുഴുവൻ സ്വത്തിലായിരുന്നു. ചെറിയ ഒരു തുക കൈപ്പറ്റി നാടു വിടാൻ തയ്യാറായെങ്കിൽ പെൺകുട്ടിയെ അച്ഛനു കൂടെ കൊണ്ടുപോകാം എന്ന ഉപാധിവച്ചു അയാൾ. അച്ഛന് അത് പൂർണ്ണ സമ്മതവുമായിരുന്നു. തുച്ഛമായ ആ തുക സ്വീകരിച്ച് എന്റെ അമ്മയോടൊപ്പം അദ്ദേഹം നാടുവിട്ടു. എസെൻഡീനിലെത്തി അദ്ധ്യാപകവൃത്തി സ്വീകരിച്ചു. സ്വത്തു മുഴുവൻ എബനിസറിന്റെ കൈകളിലായി. അച്ഛന് നിസ്സാര ശമ്പളം കൊണ്ട് ജീവിക്കേണ്ടി വന്നു. എന്നാൽ, പുസ്തകങ്ങളെയും സ്വന്തം ജീവിതസഖിയേയും കൂടുതൽ സ്നേഹിച്ച അദ്ദേഹത്തിന് അതൊന്നും ഒരു പ്രശ്നമല്ലായിരുന്നു. മരണംവരെ അക്കാര്യം അദ്ദേഹം എന്നോടു പറഞ്ഞില്ല. അമ്മയും എല്ലാം രഹസ്യമാക്കി വച്ചു.

പക്ഷേ, ഏറെ ശക്തനായ ഒരു പ്രതിയോഗിയാണ് എബനിസറെന്ന് വക്കീൽ പ്രത്യേകം ഓർമ്മിപ്പിച്ചു. കേസിനുപോയാൽ നമ്മൾ ജയിക്കാൻ യാതൊരു സാദ്ധ്യതയുമില്ല. എല്ലാ കുതന്ത്രങ്ങളും അറിയുന്ന ആളാണയാൾ. ഇനിയഥവാ കോടതിയെ സമീപിച്ചാൽ തന്നെ കേസ് അനിശ്ചിത കാലം നീണ്ടു പോകാനാണ് സാദ്ധ്യത കൂടുതൽ. അത് ഷൊ ഭവനക്കാരുടെ സല്പേരിനെത്തന്നെ ബാധിക്കുന്ന ഒരു പ്രശ്നമായി മാറാനിടയുള്ളതുകൊണ്ട് മാന്യമായ ഒരു ഒത്തുതീർപ്പിലെത്താൻ വക്കീൽ എന്നെ

നിർബ്ബന്ധിച്ചു.

പിന്നീട് ഞങ്ങൾ വക്കീൽ ഗുമസ്തനായ ടോറൻസിന്റെ സഹായത്തോടെ ഒളിത്താവളത്തിൽ കഴിയുകയായിരുന്ന അലനെ (തോംസണെ) കണ്ടുപിടിച്ചു. പദ്ധതിയുടെ വിശദാംശങ്ങൾ കേട്ടപ്പോൾ സഹായിക്കാമെന്നേറ്റു.

"ഈ പരിപാടി നടപ്പിലാക്കാൻ അലൻ ബ്രക്കിനെ പോലെ അതിസമർത്ഥനായ ഒരാളുടെ സഹായം തന്നെ വേണ്ടി വരും." എല്ലാം തീരുമാനിച്ചു കഴിഞ്ഞ ശേഷം വക്കീൽ പറഞ്ഞു. അലന് അതിൽ വിരോധമില്ലായിരുന്നു. ആക്രമണത്തിനും അനീതിക്കും അയാൾ എന്നും എതിരായിരുന്നല്ലോ.

പിറ്റേന്ന് പത്തു മണിക്ക് ഞങ്ങൾ ഷൊ ഭവനത്തിലെത്തി. ഞാനും വക്കീലും ഒരു സ്ഥലത്തു മറഞ്ഞു നിന്ന ശേഷം അലൻ തനിച്ച് വീട്ടിലെത്തി ഉമ്മറവാതിലിൽ മുട്ടി.

മുമ്പ് എനിക്കുണ്ടായ അനുഭവം തന്നെ അലനുമുണ്ടായി. കുറച്ചുനേരം ഒരനക്കവും കേട്ടില്ല. പിന്നീട് വിറക്കുന്ന ഒരു സ്വരം ആരാണെന്ന് അന്വേഷിച്ചു. തുടർന്ന് ശകാരവും ഭീഷണിയും. "മാന്യന്മാർ താമസിക്കുന്ന വീട്ടിൽ വന്ന് ശല്യപ്പെടുത്തുന്നത് ആരായാലും അതു ശരിയല്ല. എന്താ നിങ്ങൾക്കു വേണ്ടത്? എന്റെ കൈയിൽ തോക്കുണ്ട്. ഞാനതു നിങ്ങൾക്കു നേരെ ചൂണ്ടിപ്പിടിച്ചിരിക്കുകയാണ് പറഞ്ഞേക്കാം."

"ഓ, ബെൽഫോർ ആണ് അല്ലേ? തോക്ക് നല്ലോണം ശ്രദ്ധിച്ചോളണം കേട്ടോ. എപ്പൊഴാ പൊട്ടുന്നതെന്നറിയില്ല. അപകടം എനിക്കല്ല, നിങ്ങൾക്കു തന്നെയാ."

"എന്താ, നിങ്ങൾക്ക് വേണ്ടത്? എന്താ പറയാനുള്ളതെന്നു വച്ചാൽ പറഞ്ഞിട്ട് വേഗം സ്ഥലം വിട്ടോ." എബനിസർ വീണ്ടും ഭീഷണി മുഴക്കി.

"എനിക്കു പറയാനുള്ളത് അയൽക്കാരെക്കൂടി കേൾപ്പിക്കാൻ ഞാനാഗ്രഹിക്കുന്നില്ല. ഒറ്റവാക്കിൽ സംഗതി പറഞ്ഞ് സ്ഥലം വിടാനാണ് ഞാനിപ്പോൾ വന്നിരിക്കുന്നത്." ശാന്തസ്വരത്തിൽ അലൻ പറഞ്ഞു.

"ഒറ്റ വാക്കിൽ എന്തു സംഗതി?"

"ഡേവിഡ്!"

"എന്താ പറഞ്ഞത്?" സ്വരത്തിൽ വ്യക്തമായ മാറ്റം പ്രകടമായിരുന്നു.

"ഏതു ഡേവിഡ്."

"പേര് പൂർണ്ണരൂപത്തിൽ പറഞ്ഞാലേ മനസ്സിലാവൂ എന്നാണെങ്കിൽ....."

"ങ്ഹാ, വാതിൽ തുറക്കാം."

തുടർന്ന് വാതിൽ തുറന്ന് എബനിസർ ഉമ്മറപ്പടിയിൽ തന്നെ ഇരിപ്പായി. കൈയിൽ തോക്കുണ്ടായിരുന്നു. അതു നീട്ടി അകത്തു കടന്നാൽ വെടിവെക്കുമെന്ന് ഭീഷണിപ്പെടുത്തി.

"കാര്യം പറഞ്ഞിട്ട് വേഗം പൊയ്ക്കോളാം." എന്നു പറഞ്ഞ് അലൻ വിഷയത്തിലേക്കു കടന്നു. "മലനാട്ടിൽ നിന്നാണ് ഞാൻ വരുന്നത്. മൾദ്വീപിനടുത്ത് ഈയിടെ ഒരു കപ്പൽച്ചേതമുണ്ടായി. അതിൽ പെട്ട് ഒഴുകിയെത്തിയ ഒരു പയ്യനെ എന്റെയൊരു ബന്ധു രക്ഷിച്ച് വീട്ടിൽ കൊണ്ടുപോയി. ഇപ്പോൾ പഴയ ഒരു കോട്ടയിൽ പാർപ്പിച്ചിരിക്കുകയാണ്. അതിന്റെ പേരിൽ എന്റെ ബന്ധുവിന് ഒരു വലിയ തുക ചെലവായി. നിങ്ങളുടെ കുട്ടിയെ രക്ഷിച്ചു എന്നതൊക്കെ ശരിതന്നെ. പക്ഷേ, ഒരു വല്ലാത്ത സ്വഭാവക്കാരനാണ് എന്റെ ബന്ധു. ചെലവായ കാശ് തിരിച്ചു കിട്ടിയില്ലെങ്കിൽ ഇന്നതേ ചെയ്യൂ എന്നു പറയാൻ പറ്റില്ല. ആ വിവരം പറയാൻ എന്നെ വിട്ടിരിക്കയാ, ആൾ ഒറ്റയ്ക്കല്ല. ഹറാമ്പിറന്ന കുറേ സ്നേഹിതന്മാരുമുണ്ട് കൂടെ. തക്കതായ നഷ്ടപരിഹാരം നല്കാത്ത പക്ഷം പയ്യനെ കൊന്നുകളയുമെന്ന് അറിയിക്കാൻ പറഞ്ഞു."

"ഏ പയ്യൻ. ബന്ധുവായി എനിക്കങ്ങനെ ആരുമില്ല. ഇമ്മാതിരി തട്ടിപ്പൊന്നും എന്റെയടുത്ത് നടക്കില്ല."

"എന്ത് സ്വന്തം സഹോദരന്റെ മകനെ നിങ്ങൾക്കറിയില്ലെന്നോ? അവൻ ചത്താലും നിങ്ങൾക്കൊന്നുമില്ലെന്നോ? ആരെങ്കിലും കേട്ടാൽ വലിയ നാണക്കേടാകും പറഞ്ഞേക്കാം."

"എന്തു നാണക്കേട്? നാണക്കേടാകാൻ ഞാനെന്താ രാജാവോ മറ്റോ ആണോ? ഇമ്മാതിരി സൂത്രമൊന്നും എന്റെയ

ടുത്തുവേണ്ട. മര്യാദയ്ക്ക് വേഗം സ്ഥലം വിട്ടോ. ഇല്ലെങ്കിൽ...... പിന്നെ ആ കുട്ടി എന്റെ അനുജന്റെ മകനാണെന്ന് നിങ്ങളോട് ആരു പറഞ്ഞു?"

"ആ കുട്ടി തന്നെ. എന്തായാലും രണ്ടു കാര്യങ്ങളാണ് അവർക്ക് നിങ്ങളുടെ മുമ്പിൽ വെക്കാനുള്ളത്. ഒന്നുകിൽ ഡേവിഡിന് അർഹതപ്പെട്ടതു കൊടുക്കണം. അല്ലെങ്കിൽ അത്രയും തുക അവനെ രക്ഷപ്പെടുത്തിയവർക്കു നല്കണം. രണ്ടായാലും കാശു ചെലവാക്കാതെ രക്ഷയില്ല."

പ്രകടമായ അസ്വസ്ഥതയോടെ എന്റെ ഇളയച്ഛൻ വാതിൽപ്പടിമേലിരുന്നു ഞെളിപിരികൊണ്ടു. കുറച്ചു നേരത്തേക്ക് അദ്ദേഹം ഒന്നും പറഞ്ഞില്ല.

"എന്തെങ്കിലും പറയണേ സാർ." അലന് ദേഷ്യം വരുന്നുണ്ടായിരുന്നു. "സാധാരണ ഗതിയിൽ കുഴപ്പങ്ങൾക്കൊന്നും പോകാത്ത മാന്യനായ ഒരു ചെറുപ്പക്കാരനാണ് ഞാൻ. എന്നാൽ വെറുതെ കളയാൻ എന്റെ കൈയിൽ സമയമില്ലെന്ന് ഓർമ്മ വേണം. നേരെ വാ നേരെ പോ. അതാണെന്റെ രീതി. ആ കുട്ടിയെ കൊന്ന നിലയിൽ വേണോ, അതോ ജീവനോടെ വേണോ? നിങ്ങളാണ് തീരുമാനിക്കേണ്ടത്."

"ഓ, ഇങ്ങനെ കടുത്ത ഭാഷയിൽ ഓരോന്നു പറയല്ലേ ചെറുപ്പക്കാരാ. ഞാനൊന്ന് ആലോചിക്കട്ടെ."

"രണ്ടിലൊന്ന് ഇപ്പോൾ തീരുമാനിക്കണം കൊല്ലണോ അതോ ജീവനോടെ വേണോ?"

"ജീവനോടെ..... ജീവനോടെ... അതിനെന്താ ഇത്ര സംശയം. എന്തായാലും അവൻ എന്റെ ജ്യേഷ്ഠന്റെ മകനല്ലേ....... അവന്റെ ചോര കാണാൻ എനിക്കിഷ്ടമല്ല. സത്യസന്ധനായ ഒരു മാന്യനാണ് ഞാൻ. കൂടിയേ തീരൂ എന്നാണെങ്കിൽ പണം ചെലവാക്കാനും ഞാൻ തയ്യാറാണ്."

"ജീവനോടെ വേണമെന്നാണെങ്കിൽ അതിനു ചെലവു കൂടുമെന്ന കാര്യം മറക്കണ്ട. കൂടുതൽ കുഴപ്പമുണ്ടാകുകയും ചെയ്യും. ഇനിയവനെ കൊല്ലണം എന്നാണെങ്കിൽ എളുപ്പവഴി അതാണ്. രണ്ടിലൊന്ന് വേഗം തീരുമാനിച്ചോളൂ. അതിനിടയിൽ മറ്റൊരു

കാര്യം കൂടി അറിയിക്കാനുണ്ട്. അടിമയായി കടത്തിക്കൊണ്ടു പോയി ശല്യം തീർക്കാൻ നിങ്ങളാ കപ്പിത്താന് എത്ര കാശു കൊടുത്തു?"

"അയ്യോ, അത് നട്ടാൽ മുളയ്ക്കാത്ത നുണയാണ്. എന്റെ സ്വന്തം കുഞ്ഞിനെ ഞാൻ വില്ക്കുകയോ? ഒരിക്കലുമില്ല."

"ആ കപ്പിത്താൻ എന്നോട് എല്ലാം പറഞ്ഞിട്ടുണ്ട്. അയാളുടെയൊരു പങ്കു കച്ചവടക്കാരനാ ഞാൻ. അതുകൊണ്ട് മുഖത്തുനോക്കി പറഞ്ഞാൽ മതി."

"എങ്കിൽ അയാൾ തന്നെ അതും പറഞ്ഞിട്ടുണ്ടാകുമല്ലോ."

"അത് നിങ്ങൾ തമ്മിലുള്ള കാര്യം. എനിക്കത് നിങ്ങളുടെ വായിൽ നിന്നു തന്നെ കേൾക്കണം."

"ഹൊസീസൺ ആളൊരു മഹാ കള്ളനാണ്. അയാൾ പറഞ്ഞത് നിങ്ങൾ വിശ്വസിക്കരുത്. ആകെ 20 പൗണ്ട്. ഒറ്റച്ചില്ലി അധികം കൊടുത്തിട്ടില്ല. പക്ഷേ, അങ്ങനെ കരോളിനാസിൽ കൊണ്ടുപോയി വിറ്റ് കൂടുതൽ കാശുണ്ടാക്കാനായിരുന്നു അയാളുടെ പരിപാടി." എബനീസർ വിശദീകരിക്കാൻ ശ്രമിച്ചു. അവസാനം എനിക്ക് അർഹതപ്പെട്ടതെല്ലാം തിരിച്ചു നല്കാൻ ചെറിയച്ഛനു സമ്മതിക്കേണ്ടി വന്നു.

തക്ക സമയം നോക്കി റാങ്കീലർ വക്കീൽ എന്നെയും കൂട്ടി ഒളിത്താവളത്തിൽ നിന്ന് പുറത്തിറങ്ങി ചെറിയച്ഛന്റെ മുമ്പിൽ ഹാജരായി. അദ്ദേഹം അതു തീരെ പ്രതീക്ഷിച്ചിരുന്നില്ല. കുറേ നേരത്തേക്ക് ഒന്നും പറയാനാവാതെ ഇടിവെട്ടേറ്റ മട്ടിൽ നില്ക്കാനേ കഴിഞ്ഞുള്ളൂ. പിന്നീട് യാന്ത്രികമായി വക്കീലിനെ അഭിവാദ്യം ചെയ്തു. തുടർന്ന് എല്ലാം വേഗത്തിൽ നടന്നു. വക്കീൽ തന്നെ കാര്യങ്ങൾ നടത്തി. അദ്ദേഹം കാട്ടിക്കൊടുത്ത രേഖകളിൽ ഒപ്പു വെക്കാതിരിക്കാൻ ഇളയച്ഛന് കഴിയുമായിരുന്നില്ല. യാന്ത്രികമായി അദ്ദേഹം എല്ലാം ചെയ്തു.

വക്കീൽ എനിക്ക് എല്ലാ മംഗളങ്ങളും നേർന്നു. അതിനകം അങ്ങേരുടെ ഗുമസ്തൻ ചെന്ന് ഭക്ഷണം കൊണ്ടു വന്നു. അതു വയറു നിറയെ കഴിച്ച് എല്ലാവരും പിരിഞ്ഞു.

ഷൊ കുടുംബത്തിനർഹതപ്പെട്ട വാർഷിക വരുമാനത്തിന്റെ

മൂന്നിലൊന്ന് അന്നു മുതൽ എന്റെ വരുതിയിലായിമാറി. നാടോടിപ്പാട്ടിലെ പിച്ചതെണ്ടിയങ്ങനെ ചെറിയ രീതിയിലൊരു രാജകുമാരനായി മാറി. അന്തസ്സും ആഭിജാത്യവുമുള്ള മാന്യനായ ഒരു ചെറുപ്പക്കാരനായി മാറിയ സംതൃപ്തിയോടെ അന്നത്തെ രാത്രി എന്റെയാ കുടുംബവീട്ടിൽ കഴിച്ചു കൂട്ടി.

പക്ഷേ, നേരം വെളുക്കും വരെ ഒരുപോള കണ്ണടച്ചില്ല. കഴിഞ്ഞുപോയ ദിവസങ്ങളെക്കുറിച്ചുള്ള ഓർമ്മകൾ, തിക്കിത്തിരക്കി വന്ന പലതരം വികാരങ്ങൾ, എന്റെ ഉറക്കം കെടുത്തി. പിന്നെ ഭാവിയെക്കുറിച്ചുള്ള ചില ആസൂത്രണങ്ങളും പുലരും മുമ്പ് നടത്തേണ്ടതുണ്ടായിരുന്നു.

പര്യവസാനം

ഇനിയങ്ങോട്ട് ഒന്നും പേടിക്കാനില്ലെന്ന് ഉറപ്പായിക്കഴിഞ്ഞു. പക്ഷേ, അലൻ– അയാളെ ചൊല്ലിയുള്ള വേവലാതികൾ മനസ്സമാധാനം കെടുത്തി. കോളിൻ കേംപ്ബെല്ലിന്റെ മരണത്തിൽ അയാൾക്കൊപ്പം ഞാനും കുറ്റവാളിയാണല്ലൊ. അലന് കുഴപ്പമൊന്നും സംഭവിക്കരുത്. നിരപരാധിയായ ഞാൻ കുറ്റാരോപണത്തിൽ നിന്നു മുക്തനാവുകയും വേണം. ഈ ചിന്ത എന്നെ തളർത്തി.

പിന്നെ താമസിച്ചില്ല. റങ്കീലർ വക്കീലിനെ കണ്ട് കാര്യങ്ങളെല്ലാം തുറന്നു പറഞ്ഞു. സ്കോട്ട്ലാന്റിൽ നിന്ന് ഒരു പോറലുമേല്ക്കാതെ രക്ഷപ്പെടാൻ അലനെ സഹായിക്കേണ്ടത് എന്റെ കടമയാണെന്ന് വക്കീൽ ഓർമ്മിപ്പിച്ചു. അതിനുവേണ്ടി എഡിൻബർഗിലെ തന്റെ ഉപകർത്താവിന് ഒരു കത്തു തന്നു. അതിനനുസരിച്ച് അലന് ഫ്രാൻസിലെത്താനുള്ള വഴികൾ അയാൾ ഏർപ്പാടു ചെയ്തു തരും. മറ്റൊരു കത്ത് എഡിൻ ബർഗിലൊരു സുഹൃത്ത് വക്കീലിനു നല്കാനും ഏല്പിച്ചു.

എല്ലാം തീരുമാനമായ ശേഷം വക്കീൽ ക്വീൻസ്ബെറിയിലേക്കു തിരിച്ചു പോയി. അലനെയും കൂട്ടി ഞാൻ എഡിൻബറിയിലേക്കു തിരിച്ചു. പരസ്പരം മിണ്ടാതെ പതുക്കെയാണ് ഇരുവരും നടന്നത്. റാങ്കീലർ സൂചിപ്പിച്ച വ്യക്തികളുമായി ബന്ധ

പ്പെടും വരെ അലൻ ഒളിവിൽ പാർക്കും. അതിനിടെ ടൗണിൽ ചെന്ന് ഫ്രാൻസിലേക്കുള്ള ടിക്കറ്റിന് ഏർപ്പാടു ചെയ്യും. തുടർന്ന് വക്കീലിനെ കണ്ടു കോളിന്റെ കൊലയുമായി ബന്ധപ്പെട്ട കാര്യങ്ങൾ ഒന്നൊഴിയാതെ അദ്ദേഹത്തെ അറിയിക്കും.

വഴി നീളെ ഇത്തരം കാര്യങ്ങളാണ് ഞങ്ങൾ രണ്ടുപേരും ഓർത്തത്. ഓർമ്മകൾ ഭാരങ്ങളായി ഹൃദയങ്ങളിലും തൂങ്ങിക്കിടന്നു. ദൈർഘ്യമേറെയില്ലെങ്കിലും ഇണങ്ങിയും പിണങ്ങിയുമുള്ള ഞങ്ങളുടെ ജീവിതം. അവസാനം ഹൃദയങ്ങൾ തമ്മിൽ ഏറ്റെയടുത്തു. ഇപ്പോൾ പിരിയാൻ നിർബ്ബന്ധിതരായിരിക്കുന്നു.

അവസാനം എഡിൻബറയിലേക്കു തിരിയേണ്ട മുക്കിലെത്തിയപ്പോൾ ഞങ്ങൾ പിരിഞ്ഞു. ഞാൻ തിരിച്ചെത്തും വരെ അലൻ ആരുടെയും കണ്ണിൽ പെടാതെ അവിടെ വല്ലിടത്തും താമസിക്കും. അങ്ങനെയൊരു തീരുമാനമാണുണ്ടായത്.

തമ്മിൽ പിരിഞ്ഞ ആ നിമിഷങ്ങളിൽ ഞങ്ങൾ പരസ്പരം കണ്ണുകളിൽ നോക്കുകയുണ്ടായില്ല. പ്രിയ സുഹൃത്തിനെ ഒരു നോക്കുകൂടി കാണാൻ ഒരിക്കൽപ്പോലും തിരിഞ്ഞു നോക്കിയതുമില്ല. നഗരത്തിലേക്കുള്ള ആ വഴിനീളെ എന്തെന്നില്ലാത്ത ഒരു ഏകാകിയുടെ ബോധം എന്നെ വേട്ടയാടിക്കൊണ്ടിരുന്നു. എല്ലാം നഷ്ടപ്പെട്ട ഒരാളെപ്പോലെ യാന്ത്രികമായി ഞാനങ്ങനെ നടന്നുകൊണ്ടിരുന്നു. പാതയോരത്ത് വല്ലിടത്തുമിരുന്ന് ഒരു കൊച്ചു കുഞ്ഞിനെപ്പോലെ പൊട്ടിക്കരയാൻ കഴിഞ്ഞിരുന്നെങ്കിലെന്നു ഞാൻ ആഗ്രഹിച്ചു.

വീണ്ടും തമ്മിൽ കാണാൻ കഴിയുമെന്ന് എങ്ങനെ ഉറപ്പു പറയാൻ കഴിയും?

www.ingramcontent.com/pod-product-compliance
Lightning Source LLC
LaVergne TN
LVHW060130051026
849517LV00007B/2438
* 9 7 8 9 3 9 0 3 0 1 2 4 9 *